மாணவர்களுக்கான தமிழ்

பாகம் 1

மாணவர்களுக்கான தமிழ்

பாகம் 1

என். சொக்கன்

ZDP
SPECIFICS

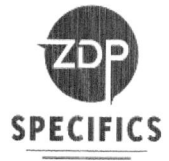

Title: Maanavarkalukkaana Tamil - Part - 1
Author's Name: N Chokkan
Copyright © N Chokkan 2023
Published by ZDP Specifics

All rights reserved. No part of this publication may be reproduced, stored in a retrieval system, or transmitted, in any form or by any means, electronic, mechanical, photocopying, recording, psychic, or otherwise, without the prior permission of the publishers.

(An imprint of Zero Degree Publishing)
No. 75&76, I Floor, Kuppusamy Street,
Balaji Nagar, Padi,
Chennai - 600 050

Website: www.zerodegreepublishing.com
E Mail id: zerodegreepublishing@gmail.com
Phone: 89250 61999

ZDP Specifics First Edition: September 2023
ISBN: 978-93-95731-00-3
TITLE NO ZDP Specifics: 60

Rs. 320/-

Cover Design & Layout: Vijayan, Creative Studio
Printed at Manipal Technologies, India

பொருளடக்கம்

1. மாதா, தா மா 9
2. அதற்கு Vs அதற்க்கு 12
3. அரிவாள் Vs அறிவாள் 14
4. எண்ணெய் Vs எண்ணை 16
5. பதட்டம் Vs பதற்றம் 18
6. அருகாமை Vs அருகில் 20
7. கோர்வை Vs கோவை 22
8. வேலை பார்த்தான் Vs வேலைப் பார்த்தான் 24
9. முன்னாளும் மேனாளும் 27
10. தா, கொடு, ஈ 29
11. ஒத்தும் ஒப்பும் 31
12. பொதுவும் சிறப்பும் 33
13. முப்பத்தி ஆறு Vs முப்பத்து ஆறு 36
14. எனது Vs என்னுடைய 38
15. வாழ்த்துகள் Vs வாழ்த்துக்கள் 40
16. இணையத்தளம் Vs இணையதளம் 43
17. புரம் Vs புறம் 45
18. அந்த, இந்த, உந்த, எந்த 47
19. தெளிவு அவசியம்! 49
20. வண்ணக் குழப்பங்கள் 51
21. 'ஈர்'க்கும் இலக்கணம் 53
22. 'ம்'மால் இணையும் சொற்கள் 55
23. நேரம், நல்ல நேரம் 57
24. எல்லாம் நன்மைக்கே! 59
25. பானப் பெயர்கள் 61
26. அழைக்கும் மரபு 63

27. நொடி முதல் மணி வரை 65
28. நல்லதைத் துழாவுவோம் 67
29. உறிஞ்சு, ஊது 69
30. ஆளி 71
31. குறை நல்லது! 73
32. கடைப்பிடித்தல் Vs கடைபிடித்தல் 75
33. சட்டையோ சட்டை 77
34. கிடங்குக்குள் எட்டிப்பார்ப்போம் 79
35. எறும்புப் பெயர்கள் 81
36. நாற்றமும் கிழவனும் 83
37. அவன், அவள், அவர் 86
38. நள் என்னும் சொல் 88
39. மார் & மீர் 90
40. உடன்பாடு, எதிர்மறை 92
41. புத்தி, கித்தி உண்டா? 94
42. உப்புள்ள பண்டம் தொப்பையிலே! 96
43. ஆறுமுக நாவலர் 98
44. திருக்குறளின் வயது 101
45. மாண்பு நிறைந்த மனை 104
46. உண் முதல் உண்ணிவரை 106
47. முரசுக்கட்டிலில் தூங்கிய புலவர்: மோசிகீரனார் ... 108
48. அந்தாதி அழகு 110
49. மூன்று வகைத் தொடர்கள் 112
50. பெயர்ச்சொல்லான வினைச்சொல் 115
51. அடைமொழிகள் 118
52. இடுகுறிப்பெயர், காரணப்பெயர் 121
53. கல்வெட்டுகள் 123
54. தமிழ்போல் இனிமை 126

55. ஒரே எழுத்து போதும்!...........................129
56. பழமொழிகள்...................................132
57. எத்தனை சீர்? எத்தனை சொல்?.........135
58. முப்பத்தாறு முத்துகள்......................137
59. இணைச்சொற்கள்............................139
60. தமிழுக்காக வாதாடிய மாணவர்......142
61. ஆகுபெயர்..144
62. தாலாட்டு..146
63. சார்ந்து வரும் எழுத்துகள்..............149
64. சிதம்பரனைத் தேடிய சிவகாமி........151
65. தொகைச்சொற்கள்...........................154
66. திருக்குறளும் சோமேசரும்.............157
67. பைந்தமிழ் ஆசான் நமச்சிவாயர்....159
68. எண்ணும் முறை.............................162
69. பொழுதுகள்.....................................165
70. பிள்ளைத்தமிழ்................................168
71. சித்திரகவி..171
72. கரகாட்டம்..174
73. அழகிய விகாரம்...............................177
74. தங்கையா? அக்காளா?...................180
75. திரிகடுகம்..183
76. திருக்குறள் படித்த காந்தி..............186
77. வாகை..189
78. கவிஞர் முடியரசன்.........................192
79. ஐந்து பணிகள்................................195
80. வந்து... போயி................................198
81. சுவைகள்..201
82. சொல்விளையாட்டுகள்....................204

83. உரையாசிரியர்கள் 207
84. ஆய்தம் 210
85. குறிப்பெடுக்கலாமா? 213
86. நரிவிருத்தம் 216
87. நெசவுத்தொழில் 219
88. பட்டணம், பட்டினம் 223
89. ஐந்து அங்கங்கள் 225
90. வினைமுற்று 228
91. ஓய்வு 231
92. வழு வேண்டாமே! 234
93. விடுகதைகள் 237
94. நான்மணிமாலை 240
95. உரைச் சித்திரங்கள் 243
96. தமிழர் இசை 246
97. முதுமொழிக்காஞ்சி 249
98. செம்மொழி 252
99. ஏற்றம் 255
100. அழகுக் கலைகள் 258

1. மாதா, தா மா

மாலா, கடைக்குப் போகலாமா?

இந்த வாக்கியத்தைச் சத்தமாக நான்குமுறை சொல்லிப்பாருங்கள். ஏதோ இனிமை தெரிகிறதல்லவா?

இதற்குக் காரணம், இந்த வாக்கியத்தின் தொடக்கத்தில் உள்ள 'மாலா' என்ற சொல்லைத் திருப்பிப்போட்டால், 'லாமா', அதுவே இந்த வாக்கியத்தின் நிறைவிலும் இருக்கிறது.

இதேபோல் இன்னொரு வாக்கியம்: உமா, இந்தா கொஞ்சம் மாவு.

இங்கே 'உமா' என்ற சொல், 'மாவு' (அதாவது, 'மாஉ' என்ற ஒலிப்பு) என மாறிவருகிறது. இவற்றைச் சேர்த்துச்சொல்வது இனிமையாக இருக்கிறது.

இது வெறுமனே காதுக்கு இனிமையல்ல, தமிழ்ச்சொற்கள், எழுத்துகள், ஒலிப்புகளைக் கற்றுக்கொள்வதற்கு ஏற்ற பயிற்சி. இதுபோல் நீங்களே எழுதிப்பார்க்கலாம். இந்தக் கட்டுரையின் தலைப்புகூட அப்படியொரு வார்த்தை விளையாட்டுதான்:

'மாதா, தா மா' (அம்மா, எனக்கொரு மாம்பழம் கொடு!)

இதற்காகச் சொற்களைத் தலைகீழாகதான் திருப்பிப்போட வேண்டும் என்று அவசியமில்லை, வேறுவிதமாகவும் மாற்றி எழுதலாம். உதாரணமாக:

ரவை கிடைக்கும் வரை

ராணிக்குக் குடிக்க நீரா?

மூன்று, நான்கு எழுத்துகளிலும் இப்படி விளையாடலாம்:

கரம், அதில் சேலை பல ரகம்,

தரம் நிறைந்த ரதம்

தப்படி தப்படியாகப் பத்தடி நடந்தேன்

தங்கம் அணிந்த பெண்ணின் கூந்தலில் அருமையான கந்தம்

அதென்ன கந்தம்?

மணம் என்று பொருள். 'சுகந்தம்' என்று கேள்விப்பட்டிருப்பீர்கள், 'சு' என்றால் நல்ல, 'கந்தம்' என்றால் மணம், அதாவது, நறுமணம்.

கந்தம்/சுகந்தம் என்பவை வடமொழிச்சொற்கள், மணம்/நறுமணம் என்பவை நல்ல தமிழ்ச்சொற்கள். இவற்றை நாம் தினசரிப்பேச்சில், எழுத்தில் அதிகம் பயன்படுத்தவேண்டும். இதுபோல் தங்கம்/ கந்தம் என்று வார்த்தை விளையாட்டுகளுக்குமட்டும் பிறமொழிச்சொற்களைப் பயன்படுத்திக்கொள்ளலாம்.

இந்த வார்த்தை விளையாட்டுகள் ஒருமுறை பழகிவிட்டால் நீங்களே பலமணிநேரம் விதவிதமாக எழுதிப்பார்த்து மகிழ்வீர்கள். இதற்காகத் தமிழ் அகராதியைப் புரட்டுவீர்கள்?

என்னது? தமிழ் அகராதியா? ஆங்கிலத்திற்குத்தானே அகராதி உண்டு?

யார் சொன்னார்கள்? தமிழிலும் ஒன்றில்லை, பல அகராதிகள் இருக்கின்றன. அதாவது, தமிழ்ச்சொல்லுக்குத் தமிழிலேயே அல்லது ஆங்கிலத்தில் விளக்கம் தரும் அகராதிகள், இவற்றைப் புரட்டுவதன்மூலம் நாம் பல புதிய சொற்களைக்

கற்றுக்கொள்ளலாம்.

தமிழில் லட்சத்துக்கும் மேற்பட்ட சொற்கள் உண்டு. ஆனால், இன்றைய புழக்கத்தில் நாம் சில்லாயிரம் சொற்களை மட்டுமே பயன்படுத்துகிறோம், மீதமுள்ள சொற்கள் யாருக்கும் தெரியாது, சொன்னாலும் புரியாது.

நாம் அப்படி விடலாமா? விளையாட்டுக்காகவேனும் அச்சொற்களை மீட்டுக்கொண்டு வருவோம், கொஞ்சம் கொஞ்சமாக அவையும் பயன்பாட்டில் வரும், நம் வார்த்தை வளம் அதிகரிக்கும்.

2. அதற்கு Vs அதற்க்கு

"இந்தப் பேனா வேண்டாம். அதற்க்குப் பதிலாக அந்தப் பேனா கொடுங்கள்."

இந்த வாக்கியம் சரிதானா?

சத்தமாகச் சொல்லிப்பார்த்தாலே புரிந்துவிடும். "அதற்க்கு" என்ற இடம் கொஞ்சம் அதிகமாக நீண்டு அழுந்தி ஒலிக்கும். அது அவசியமற்றது.

பேசும்போது நாம் "அதற்கு" என்றுதான் சொல்கிறோம். ஆனால், எழுதும்போது மட்டும் "அதற்க்கு", "இதற்க்கு", "எதற்க்கு" என்றெல்லாம் எழுதிவிடுகிறோம்.

இந்தப் பிழையைத் தவிர்க்க ஒரே வழி, இந்தச் சொல் எப்படி உருவானது என்பதைத் தெரிந்துகொள்வதுதான். அப்போது "அதற்கு" என்பது சரியா, அல்லது, "அதற்க்கு" என்பது சரியா என்று புரியும்.

காஃபியில் பால், டிகாஷன், சர்க்கரை என மூன்று இருக்கிறதல்லவா? அதுபோல, தமிழில் சில சொற்களைப் பிரிக்கலாம், அவற்றைப் 'பகுபதம்' என்பார்கள். அதாவது, பகுக்கக்கூடிய பதம்.

ஆனால், தண்ணீரைப் பிரித்துப்பார்க்க முடியுமா?

ஓ, முடியுமே. இரண்டு பங்கு ஹைட்ரஜன், ஒரு பங்கு ஆக்ஸிஜன்... வேதியியல் பாடத்தில் படித்திருக்கிறோமே.

சரி, ஹைட்ரஜனைப் பிரிக்கமுடியுமா?

ஓ, அதுவும் முடியுமே... எலக்ட்ரான், புரோட்டான், நியூட்ரான்...

இப்படிப் பிரித்துக்கொண்டே போனால், ஒருகட்டத்தில் பிரிக்கமுடியாத ஒரு பொருள் வருமல்லவா? அதுதான் பகாப்பதம், அதாவது, பகுக்கமுடியாத பதம் (சொல்).

'அதற்கு' என்பது பகுபதம். அது + அன் + கு = அதற்கு

இங்கே 'அது' என்பது ஓர் அஃறிணைப் பொருளைக் குறிக்கிறது. 'அந்தப் பேனாவுக்குப் பதில்' என்று சொல்கிறோமல்லவா? அந்தப் பேனாதான் அஃறிணை, ஆகவே, 'அது' என்கிறோம்.

'அன்' என்பது அதோடு சேரும் விகுதி, அது + அன் = அதன்

நிறைவாக, 'கு' என்பது வேற்றுமை உருபு, எனக்கு, உனக்கு, அவனுக்கு, ஆசிரியருக்கு என்று சொல்கிறோமல்லவா? அதுதான்.

ஆக, அது + அன் + கு = அதன் + கு

இந்தச் சொற்கள் சேரும்போது, 'ன்' என்கிற எழுத்து மாறி 'ற்' என்கிற எழுத்து தோன்றும். அதாவது, அதன் + கு = அதற் + கு = அதற்கு

அதேபோல்,

இது + அன் + கு = இதற்கு

எது + அன் + கு = எதற்கு

இங்கே 'க்' தோன்றுவதற்கு வழியே இல்லை. ஆகவே, அதற்க்கு என்று எழுதவேண்டாம், அதற்கு என்றே எழுதுங்கள்.

★★★

3. அரிவாள் Vs அறிவாள்

கிராமத்துக்குச் சென்றிருந்தேன். அங்கே ஓர் அழகான கோயில், அதில் ஐயனார் சாமியைக் கும்பிட்டேன்.

ஐயனார் பக்கத்தில் ஒரு குதிரை, கையில் ஓர் அரிவாள்.

கொஞ்சம் பொறுங்கள், அது அரிவாளா? அறிவாளா? எது சரி?

'வாள்' என்பது கத்தி. நாம் பழம் வெட்டும் கத்தி அல்ல, பழங்கால மன்னர்கள் சண்டை போடுவார்களே, அந்த நீளமான கத்தி.

'அரி' என்றால் வெட்டுதல். 'சமையலுக்குக் காயை அரிஞ்சுகிட்டிருக்கேன்' என்று சொல்வார்களே, அதுதான்.

ஆக, அரி + வாள் = அரிவாள், வெட்டுகின்ற வாள்.

அப்படியானால், 'அறிவாள்' என்ற சொல் தவறா?

அதுவும் சரிதான். ஆனால், அதற்குப் பொருள் வேறு.

'அறிதல்' என்றால், தெரிந்துகொள்ளுதல் என்று அர்த்தம். ஆகவே, 'அறிவாள்' என்றால், தெரிந்துகொண்ட வாள் என்று பொருள்.

ஒரு பெண்ணுக்கு எல்லாம் தெரியும் என்று சொல்லவேண்டியிருந்தால், அதையும் 'அறிவாள்' என்று குறிப்பிடலாம். 'அவள் அனைத்தையும் அறிவாள்.'

ஆக, ஐயனார் கையிலுள்ள கத்திக்கு 'அறிவாள்' என்ற சொல் பொருந்தாது, அதனை 'அரிவாள்' என்றே எழுதவேண்டும்.

4. எண்ணெய் Vs எண்ணை

ஒரு பையன் குடுகுடுவென்று ஓடிவருகிறான். அவனுடைய தலை நன்றாகக் கலைந்துபோயிருக்கிறது.

இதைப் பார்த்த அவனுடைய தாய் கோபிக்கிறார், 'டேய், தலைக்கு எண்ணெய் வெச்சியா, இல்லியா?'

உடனே, அந்தப் பையனுக்கு ஒரு சந்தேகம், 'அம்மா, அது எண்ணெயா, எண்ணையா?'

'ரெண்டும் ஒண்ணுதானே?' என்கிறார் தாய்.

'இல்லைம்மா, சொல்லும்போது, கேட்கும்போது ஒரேமாதிரிதான் இருக்கு. ஆனா எழுதும்போது, எண்ணெய் வேற, எண்ணை வேற, எது சரி?'

தமிழில் பகுபதம், பகாப்பதம் என்று இரண்டு விஷயங்கள் உண்டு. பகுக்கமுடிகிறவை, அதாவது, பிரிக்கமுடிகிற சொற்களைப் 'பகுபதம்' என்பார்கள், பிரிக்கமுடியாதவற்றைப் 'பகாப்பதம்' என்பார்கள்.

அந்தவிதத்தில், 'எண்ணெய்' என்பது பகுபதம். இதனை எள் + நெய் என்று பிரிக்கலாம். எள்ளிலிருந்து எடுத்த நெய், ஆகவே, அது எண்ணெய்.

என். சொக்கன்

பாலிலிருந்துதானே நெய் எடுப்பார்கள்?

எதிலிருந்து வேண்டுமானாலும் நெய் எடுக்கலாம், தேங்காயிலிருந்து நெய் எடுத்தால், அது தேங்காய் நெய், கடலையிலிருந்து நெய் எடுத்தால் அது கடலை நெய்.

ஆனால் நாமோ, எல்லாவற்றுக்கும் 'எண்ணெய்' என்ற சொல்லைப் பொருத்திவிடுகிறோம். 'தேங்காய் எண்ணெய்' என்கிறோம், அது தேங்காய் + எள் + நெய் என்று பிரிந்து விநோதமான பொருளைத் தரும்.

ஆக, 'எண்ணெய்' என்றாலே எள்ளிலிருந்து எடுக்கப்படும் நெய், அதாவது நல்லெண்ணெயைத்தான் குறிக்கும். தேங்காய் எண்ணெய், கடலை எண்ணெய் என்றெல்லாம் எழுதுவது பிழை. ஆனால், பலகாலமாக இப்படிச் சொல்லி நமக்குப் பழகிவிட்டது. இனிமேல் கடைக்குச்சென்று 'தேங்காய் நெய் கொடுங்க' என்று கேட்டால் ஒருமாதிரி பார்ப்பார்கள். எனவே, 'தேங்காய் எண்ணெய்' என்பதை வலுக்கட்டாயமாக மாற்றவேண்டியதில்லை.

அப்படியானால், 'எண்ணை' என்ற சொல்லுக்கு என்ன பொருள்?

கண் + ஐ = கண்ணை என்று சொல்கிறோமல்லவா? அதுபோல, எண் + ஐ = எண்ணை. 'காகிதத்தில் ஆறு என்ற எண்ணை எழுதினேன்.'

புரிகிறது, இதேபோல், வெண்ணெய், வெண்ணை என இரு சொற்கள் உள்ளனவே, இவற்றில் எது சரி?

வெள் + நெய் = வெண்ணெய், வெள்ளை நிறத்தில் இருக்கும் நெய் அது. அதனை 'வெண்ணை' என்று எழுதக்கூடாது.

இவைபோக, மண்ணெய்கூட உண்டு தெரியுமா? மண் + நெய், மண்ணுக்குள்ளிருந்து கிடைக்கும் எரிபொருளுக்குதான் அப்படிப் பெயர் சூட்டியிருக்கிறார்கள்!

★★★

5. பதட்டம் Vs பதற்றம்

அன்றைக்குக் காலாண்டுத்தேர்வு தொடங்குகிறது. மாணவர்கள் சுறுசுறுப்பாகப் படித்துக்கொண்டிருந்தார்கள்.

அவர்களில் ஒருவன்மட்டும் நிலைகொள்ளாமல் தவித்துக்கொண்டிருந்தான். அங்கும் இங்கும் நடந்தான், வியர்வை கொட்டியது.

இதைப்பார்த்த ஆசிரியர் அவனை அழைத்தார், 'அருண், என்னாச்சு உனக்கு? ஏன் இப்படியிருக்கே?'

'தெரியலைங்கய்யா' என்றான் அருண், 'தேர்வுக்கு நல்லாதான் படிச்சிருக்கேன். ஆனாலும் உள்ளுக்குள்ள ஏதோ ஒரு பதட்டம்.'

ஆசிரியர் சிரித்தார், 'நீ பேசறதைவெச்சுப்பார்த்தா நீ தேர்வுக்குச் சரியாப் படிக்கலைன்னு தோணுதே!' என்றார்.

அருண் திகைத்தான், 'ஐயா, ஏன் அப்படிச் சொல்றீங்க?' என்று கேட்டான்.

'இன்னிக்குத் தமிழ்த்தேர்வுதானே?'

'ஆமா.'

'அப்புறம் ஏன் பதட்டம்ன்னு சொல்றே? பதற்றம்ன்னு சரியாச் சொல்லு!' என்று சிரித்தார் அவர்.

தமிழில், 'பதறாத காரியம் சிதறாது' என்று ஒரு பழமொழி உண்டு. அதாவது, ஒரு வேலையைச் செய்கிறவர் பதறக்கூடாது, 'இப்படி ஆகிவிடுமோ', 'அப்படி ஆகிவிடுமோ', 'இது சொதப்பிவிடுமோ', 'அது தவறாகிவிடுமோ' என்றெல்லாம் யோசித்துப் பதறிக்கொண்டே செய்தால் அந்த வேலை சரியாக நடக்காது, பதறாமல் நிதானமாகச் செய்தால் கச்சிதமாக வெற்றிபெறலாம்.

அந்தப் 'பதறுதல்' என்ற சொல்தான் 'பதற்றம்' என்பதன் வேர்ச்சொல். பதறு => பதறுதல் => பதறினான் => பதறாதே => பதற்றம்.

எப்படியோ இது பேச்சுவழக்கில் 'பதட்டம்' என்று மாறிவிட்டது, பின்னர் அது எழுத்திலும் நுழைந்துவிட்டது. இன்றைக்கு ஏராளமான நூல்களிலும் இந்தப் பிழையான சொல்லைப் பார்க்கிறோம்.

ஆகவே, நமக்கு எவ்வளவுதான் பதற்றம் இருந்தாலும் சரி, 'பதட்டம்' என்று எழுதவேண்டாம்!

6. அருகாமை Vs அருகில்

'உங்க வீடு எங்கே இருக்கு?'
'காந்தி பூங்காவுக்கு அருகாமையிலே!'

தினசரிப்பேச்சில், எழுத்தில் 'அருகாமை' என்ற சொல்லைச் சர்வசாதாரணமாகப் பயன்படுத்துகிறோம். அதன் பொருள் என்ன?

'அருகு' என்றால் 'பக்கம்' என்று பொருள். ஆக, 'நான் பூங்காவுக்கு அருகில் வசிக்கிறேன்' என்று ஒருவர் சொன்னால், அந்தப் பூங்காவிலிருந்து அவருடைய இல்லத்துக்கு விரைவில் சென்றுவிடலாம் என்று புரிந்துகொள்ளவேண்டும்.

அப்படியானால், 'அருகாமை' என்பது எதைக்குறிக்கும்?

இந்தத் திருக்குறளைப் படித்திருக்கிறீர்களா:

'பொய்யாமை பொய்யாமை ஆற்றின், அறம் பிற
செய்யாமை செய்யாமை நன்று'

இதன் பொருள், ஒருவன் பொய் சொல்லாமல் வாழ்ந்தாலே போதும், மற்ற அறங்களைச் செய்யாவிட்டாலும் பரவாயில்லை!

இங்கே பொய்யாமை, செய்யாமை என்ற சொற்களைக் கவனித்துப் பாருங்கள்:

பொய்யாமை => பொய்யா + மை => பொய் சொல்லாமலிருக்கும் தன்மை

செய்யாமை => செய்யா + மை => (ஏதோ ஒருவேலையைச்) செய்யாமலிருக்கும் தன்மை

இவை இரண்டுமே எதிர்மறைச்சொற்கள். அப்படியானால், 'அருகாமை' என்பதும் ஏதோ ஓர் எதிர்மறைப் பொருளைத்தானே குறிக்கவேண்டும்?

'அருகுதல்' என்ற சொல்லின் பொருள், 'குறைதல்'. 'இந்த ஊரில் உண்மை பேசுகிறவர்கள் அருகிவிட்டார்கள்' என்றால், 'உண்மை பேசுகிறவர்கள் குறைந்துவிட்டார்கள்' என்று பொருள்.

அதன்படி பார்த்தால்:

அருகாமை => அருகா + மை => குறையாமலிருத்தல்

ஆக, 'அருகாமை' என்ற சொல்லைப் 'பக்கத்தில்' என்ற பொருளில் பயன்படுத்துவது பிழை. 'பூங்காவுக்கு அருகாமையில் வீடு' என்று எழுதவேண்டாம், 'பூங்காவுக்கு அருகில் வீடு' என்று எழுதுவோம்.

இந்தப் பிழையான பயன்பாடு தமிழில் எப்படி நுழைந்திருக்கும்? இதற்கு அறிஞர்கள் பல ஊகங்களைச் சொல்கிறார்கள். உதாரணமாக, அருகு + அண்மை என்ற இரு சொற்கள் சேர்ந்து 'அருகண்மை' என்ற சொல் உருவாகியிருக்கலாம், அது பின்னர் 'அருகாமை' என்று திரிந்திருக்கலாம் என்கிறார்கள்.

காரணம் எதுவானாலும் சரி, இனி 'அருகாமை' என்பதற்குப் பதிலாக, 'அருகில்' என்றே எழுதுவோம்.

7. கோர்வை Vs கோவை

பள்ளியில் பேச்சுப்போட்டி. பல மாணவர்கள் அதில் கலந்துகொண்டு அருமையாகப் பேசுகிறார்கள்.

போட்டியின் நிறைவில், கமலா என்ற மாணவி வெற்றிபெற்றதாக அறிவிக்கப்படுகிறது. நடுவர் அவளைப் பாராட்டிப் பேசுகிறார். 'இந்தச் சிறியவயதில் இவ்வளவு கோர்வையாகப் பேசுவது பெரிய வரம், கமலாவுக்கு என் பாராட்டுகள்!'

இதையடுத்து, கமலா மேடையேறுகிறாள், பரிசு பெறுகிறாள், அரங்கில் ஒரே கைதட்டல்.

கீழே இறங்கியதும், எல்லாரும் கமலாவைச் சூழ்ந்து கொள்கிறார்கள், பாராட்டுகிறார்கள்.

கமலாவின் தமிழாசிரியரும் அவளை நெருங்குகிறாள், 'நான் உன்னைப் பாராட்டமாட்டேன்' என்கிறார் குறும்பாக.

'ஏன் ஐயா? நான் ஏதாவது தப்பாப் பேசிட்டேனா?'

'நீ இல்லை, அந்த நடுவர்தான் தப்பாப் பேசினார்' என்கிறார் அந்த ஆசிரியர், 'அவர் பேசினதுல என்ன தப்புன்னு சொல்லு, அப்பதான் உன்னைப் பாராட்டுவேன்.'

கமலா கலகலவென்று சிரிக்கிறாள், 'ஐயா, உங்க மாணவி நான், இது தெரியாதா?' என்கிறாள், 'அவர் கோர்வைன்னு சொன்னது தப்பு, கோவைன்னு சொல்லியிருக்கணும்!'

பக்கத்தில் நின்றிருந்த ஒரு மாணவன் கேட்கிறான், 'கோவைன்னா கோயம்பத்தூர்தானே?'

'ஆமாம், கோவைப்பழம்ன்னுகூட ஒண்ணு இருக்கு, ஆனா, கோர்வைங்கற சொல் தவறு, அதைக் கோவைன்னுதான் எழுதணும்!' என்கிறார் ஆசிரியர். கமலாவை மனமாரப் பாராட்டியபடி மற்றவர்களுக்கு அதனை விளக்குகிறார்.

'கோ என்பதுதான் வேர்ச்சொல், அதை வைத்துக் கோத்தல், கோவைங்கற சொற்கள் வரும், உதாரணமா, பூக்களைக் கோத்து மாலை வரும், கோர்த்துன்னு எழுதக்கூடாது!'

'ஆங்கிலத்தில File ங்கறதைத் தமிழ்ல கோப்புன்னு சொல்றோமில்லையா? அதுகூட 'கோ'ங்கற வார்த்தையிலேர்ந்து வந்ததுதான்!'

'ஆசாரக்கோவைன்னு ஒரு பழைய புத்தகம் உண்டு, அதுல வர்ற 'கோவை'தான் இப்ப 'கோர்வை'ன்னு மாறிடுச்சு!'

'ஐயா, எடுக்கவோ கோர்க்கவோன்னு ஒரு பிரபலமான வசனம் உண்டே!'

'ஆமா, அதைக்கூட, எடுக்கவோ கோக்கவோ–ன்னுதான் எழுதணும்!' என்கிறார் ஆசிரியர். இன்னும் சில உதாரணங்களையும் விளக்குகிறார்:

★ ஊசியில் நூலைக் கோத்தான்

★ மணிகளைக் கோத்த மாலை

★ அவள் கோவையாகப் பேசினாள்

★ இந்த இசைக்கோப்பைக் கேட்டு ரசியுங்கள்

★★★

8. வேலை பார்த்தான் Vs வேலைப் பார்த்தான்

தந்தை அலுவலகத்திலிருந்து வரும்போது, மகன் சோர்ந்து படுத்திருந்தான்.

'என்னாச்சுடா? இந்த நேரத்துல சுறுசுறுப்பா விளையாடிக்கிட்டிருப்பியே!' என்று விசாரித்தார் அவர்.

'ரொம்பக் களைப்பா இருக்குப்பா!' என்றான் மகன், 'அம்மா இன்னிக்கு வீடு சுத்தப்படுத்தினாங்க, நானும் அவங்களுக்கு உதவிசெஞ்சேன், மணிக்கணக்கா வேலைப்பார்த்து உடம்பெல்லாம் வலி!'

'மணிக்கணக்கா வேலைப்பார்த்தியா? உனக்கு முருகன்மேல அவ்ளோ பக்தியா?'

'என்னப்பா சொல்றீங்க? இதுல முருகன் எங்கே வந்தார்?'

அவனுடைய தந்தை சிரிப்போடு விளக்கினார்:

'வேலைப் பார்த்தேன்' என்பது, வேலை + பார்த்தேன் என்று பிரியும், அதாவது வேல்+ஐ + பார்த்தேன், 'வேல்' என்கிற ஆயுதத்தைப் பார்த்தேன் என்று பொருள்.

ஆனால், அந்தப் பையன் சொல்லவந்தது, 'வேலையைப் பார்த்தேன்' என்பதுதான். அதாவது, வேலை+ஐ + பார்த்தேன், அங்கே 'ப்' வரும். அதாவது, 'வேலையைப் பார்த்தேன்.'

சில நேரங்களில், இந்த 'ஐ' மறைந்து வரும், அப்போது அங்கே 'ப்' வராது. அதை 'வேலை பார்த்தேன்' என்று எழுதவேண்டும். அங்கே 'ப்' வராது.

ஏன் வராது?

தமிழில் எட்டு வேற்றுமை உருபுகள் உண்டு. அதாவது, ஒரு சொல் இன்னொரு சொல்லுடன் சேரும்போது அந்த இரு சொற்களையும் வேறுபடுத்துகிற சொற்கள் இவை.

இந்த எட்டில் 'ஐ' என்பது இரண்டாம் வேற்றுமை உருபு. 'யாரை' அல்லது 'எதை' என்கிற கேள்விக்குப் பதில் சொல்லும். உதாரணமாக:

அவன் எதைப் பார்த்தான்?

யானையைப் பார்த்தான் => யானை + ஐ + ப் + பார்த்தான்

இங்கே 'ப்' என்பது நடுவில் தோன்றியுள்ளதல்லவா? இது வல்லின எழுத்து, இரண்டாவதாக வரும் சொல் 'பார்த்தான்' என்று 'ப'கரத்தில் தொடங்குவதால், 'ப்' என்ற வல்லின எழுத்து வருகிறது. இதேபோல், க், ச், த் போன்ற எழுத்துகளும் நடுவில் தோன்றும். இதனை 'வலி மிகுதல்' என்பார்கள்.

சில நேரங்களில் இந்த 'ஐ' சொல்லில் மறைந்து வரும், இதனை 'வேற்றுமைத்தொகை' என்பார்கள், அதாவது, வேற்றுமை உருபு தொக்கிநிற்கிறது, மறைந்துநிற்கிறது.

அப்போது அங்கே இந்த வல்லின எழுத்துகள் (க், ச், த், ப்) வராது. அதாவது, 'வலி மிகாது'.

யானை + 'ஐ' (மறைந்துவிட்டது) + 'ப்' (வராது) + பார்த்தான் => யானை பார்த்தான்

ஆக, வேலையைப் பார்த்தேன் என்று சொன்னால் 'ப்' வரும், அந்த 'ஐ'யைக் குறைத்து 'வேலை பார்த்தேன்' என்று

சொன்னால், 'ப்' வராது.

இன்னும் சில உதாரணங்கள்:

★ *பாடலைப் பாடு, பாடல் பாடு*

★ *தமிழைப் படி, தமிழ் படி*

★ *எலியைப் பிடி, எலி பிடி*

★ *தோசையைக் கடி, தோசை கடி*

9. முன்னாளும் மேனாளும்

புதிய பள்ளியை முன்னாள் மாவட்ட ஆட்சித்தலைவர் திறந்துவைத்தார்.

'முன்னாள்' என்ற சொல், முன்+நாள் என்பவை சேர்ந்து உருவாகிறது. அதாவது, இதற்கு முன்னால் ஒரு நாள், பழைய விஷயத்தைக் குறிக்கிறது.

ஆகவே, ஒருவரை 'முன்னாள் ஆட்சித்தலைவர்' என்று சொன்னால், முன்பு ஆட்சித்தலைவராக இருந்தவர், இப்போது அவர் அந்தப் பொறுப்பில் இல்லை, ஓய்வு பெற்றுவிட்டார், அல்லது, வேறு பொறுப்பில் இருக்கிறார் என்று பொருள்.

அப்படியானால், 'முன்னாள் மாவட்டம்' என்றால் என்ன?

இதற்கு முன்னால் அது மாவட்டமாக இருந்தது, இப்போது வேறு ஏதோ ஒன்றாக மாறிவிட்டது என்று பொருள். இது பொருந்தாதே.

ஆகவே, 'முன்னாள் மாவட்ட ஆட்சித்தலைவர்' என்று எழுதுவதற்குப் பதிலாக, 'மாவட்ட முன்னாள் ஆட்சித்தலைவர்' என்று எழுதுவோம். அதுவே சரியான பயன்பாடு.

சிலர் இதனை 'மாவட்ட மேனாள் ஆட்சித்தலைவர்' என்று எழுதுவார்கள், அது சரியா?

மேனாள் என்பது மேல்+நாள் என்று பிரியும். அதாவது, மேலே உள்ள நாள்.

ஒரு காகிதத்தில் இப்படி எழுதுங்கள்:

5ம் தேதி

6ம் தேதி

இப்போது, 6ம் தேதிக்கு மேலே 5ம் தேதி உள்ளது, ஆகவே, அது மேலே உள்ள நாள், மேல்+நாள்=>மேனாள்.

ஆக, முன்பு நடந்த விஷயங்களைச் சொல்லும்போது, 'முன்னாள்' என்பதற்குப்பதிலாக 'மேனாள்' என்றும் பயன்படுத்தலாம்.

இதற்குச் சில உதாரணங்கள்:

★ பாராளுமன்ற முன்னாள் உறுப்பினர்

★ அமெரிக்க முன்னாள் அதிபர்

★ தமிழ்ச்சங்க மேனாள் செயலாளர்

★ வீட்டின் முன்னாள் உரிமையாளர்

10. தா, கொடு, ஈ

ஒருவரிடம் 'எனக்குப் பேனா தா' என்று கேட்கிறோம், இன்னொருவரிடம், 'எனக்குப் பேனா கொடு' என்கிறோம். இவற்றிடையே ஏதாவது வித்தியாசமுண்டா?

தா, கொடு ஆகிய இரண்டும் ஒன்றுதான் என்று பலர் நினைக்கிறார்கள். ஆனால் உண்மையில் அவற்றினிடையே நுணுக்கமான வித்தியாசம் உண்டு.

தனக்குச் சமமான ஒருவரிடம் கேட்கும்போது, 'தா' என்று கேட்கவேண்டும், தனக்குக்கீழே உள்ள ஒருவரிடம் கேட்கும்போது, 'கொடு' என்று கேட்கவேண்டும்.

உதாரணமாக, ஒரு கணவர் தன் மனைவியிடம், 'எனக்குக் காப்பி தா' என்கிறார். அதேசமயம், தன் மகனிடம், 'எனக்குக் கொஞ்சம் தண்ணீர் கொடு' என்கிறார்.

காரணம், கணவர், மனைவி இருவரும் சமமான நிலையில் உள்ளவர்கள், ஆகவே, 'தா' என்ற சொல் பயன்படுத்தப்படுகிறது.

தந்தை, மகன் என்ற உறவு அப்படியல்ல. தந்தை உயர்ந்தநிலையில் உள்ளார், மகன் அவரைப் பணிந்து செயல்படவேண்டியவனாக இருக்கிறான். ஆகவே, 'கொடு' என்கிறார்.

அப்படியானால், நம்மைவிட உயர்ந்த ஒருவரிடம் ஒன்றைக் கேட்கும்போது எப்படிக் கேட்கவேண்டும்?

அதற்கு 'ஈ' என்றொரு சொல் இருக்கிறது. நம்மேல் வந்து உட்காரும் ஈ அல்ல. 'ஈகை' என்று சொல்கிறோமல்லவா? அந்த 'ஈ'.

ஆகவே, அந்தத் தந்தை தன்னுடைய அண்ணனிடம் பேசும்போது, 'ஈ' என்ற சொல்லைப் பயன்படுத்துவார், காரணம், அண்ணன் அவரைவிட உயர்ந்தநிலையில் உள்ளார்.

இம்மூன்று சொற்களுக்கும் இடையிலுள்ள நுணுக்கமான இந்த வித்தியாசத்தை 'நன்னூல்' என்ற இலக்கண நூல் விளக்குகிறது:

★ நம்மைவிட உயர்ந்தவர்களிடம் எதையாவது கேட்கும்போது: 'ஈ' அல்லது 'ஈந்திடுங்கள்'

★ நமக்குச் சமமானவர்களிடம் எதையாவது கேட்கும்போது: 'தா' அல்லது 'தாருங்கள்'

★ நமக்குக்கீழே உள்ளவர்களிடம் எதையாவது கேட்கும்போது: 'கொடு' அல்லது 'கொடுங்கள்'

11. ஒத்தும் ஒப்பும்

'அவரிடம் இதைப்பற்றிப் பேசினேன், உடனே ஒப்புக்கொண்டார்.'

இதே வாக்கியத்தைச் சிலர் இவ்வாறு சொல்வார்கள்: 'உடனே ஒத்துக்கொண்டார்.'

இந்த இரண்டும் ஒன்றுதானா?

ஒப்புக்கொண்டார், ஒத்துக்கொண்டார் ஆகிய சொற்கள் கிட்டத்தட்ட ஒரேமாதிரி ஒலிக்கின்றன. ஆனால், அவற்றின் பொருள்களில் மாற்றமுண்டு.

ஒருவர் காகிதத்தில் 'கையெழுத்துப் போட்டார்' என்கிறோம், அதையே 'கையொப்பம்' என்றும் சொல்கிறோம். அந்தச் சொல் எப்படி வந்தது?

'கை + ஒப்பம்' என்றால், தன் கையால் அவர் அந்த ஆவணத்துக்கு 'ஒப்புதல்' வழங்கியிருக்கிறார் என்று பொருள். அதை 'ஒப்புக்கொண்டிருக்கிறார்' என்று பொருள்.

'ஒப்பு' என்றால் ஏற்றுக்கொள்ளுதல், சம்மதித்தல் என்று பொருள். அதிலிருந்து வந்த சொற்கள்தாம் ஒப்பம், ஒப்புதல், ஒப்புக்கொள்ளுதல் எல்லாமே.

'ஒத்து' என்றால் இணையாக என்று பொருள். 'அவனுடைய குரல் இடியை ஒத்து இருந்தது' என்றால், அவன் இடிபோல் முழங்கினான் என்று பொருள்.

இதை வைத்து, 'ஒத்துப்போனார்' என்ற சொல் வரும், 'அவர் என்னோடு ஒத்துப்போனார்' என்றால், இருவரும் ஒரேமாதிரி சிந்திக்கிறார்கள் என்று பொருள்.

ஆக, 'ராமன் சொன்னதைக் கண்ணன் ஒப்புக்கொண்டான்' என்று எழுதலாம், அல்லது, 'ராமனும் கண்ணனும் ஒத்துப்போனார்கள்' என்று எழுதலாம், பொருளளவில் இரண்டும் கிட்டத்தட்ட ஒன்றுதான். ஆனால், வாக்கிய அமைப்பு சற்றே மாறுபடும். புரிந்துகொண்டு சரியாகப் பயன்படுத்துவோம்.

★★★

12. பொதுவும் சிறப்பும்

அசைந்தான், ஆடினான்... இந்த இரு சொற்களுக்கும் என்ன வேறுபாடு?

ஆடினான் என்பதில் அசைந்தான் என்பதும் இருக்கிறது, அதாவது, ஒருவன் ஆடினான் என்றால், கண்டிப்பாக அவன் அசைந்தாகவேண்டும், அசையாமல் ஆட முடியாது.

ஆனால், அசைந்தான் என்பதில் ஆடினான் என்பது இல்லை. அதாவது, அவன் சும்மா கையைக் காலை அசைத்திருக்கலாம், ஆடியிருக்கவேண்டும் என்று அவசியம் கிடையாது.

ஆக:

★ அசைந்தான் என்பது பொதுச்சொல், பலவிதமான அசைவுகள் உண்டு

★ ஆடினான் என்பது சிறப்புச்சொல், பல அசைவுகளில் அதுவும் ஒருவகையான அசைவு

இன்னொரு கோணத்தில் பார்த்தால்:

★ ஆடினான் என்பது பொதுச்சொல், பலவிதமான ஆட்டங்கள் உண்டு

★ பரதமாடினான் என்பது சிறப்புச்சொல், பல ஆட்டங்களில் பரதம் என்கிற ஒரு குறிப்பிட்ட ஆட்டத்தைச் சிறப்பாகக் குறிக்கிறது

'அவன் மரத்தின்கீழ் அமர்ந்திருந்தான்' என்று சொல்வதும், 'அவன் ஆலமரத்தின்கீழ் அமர்ந்திருந்தான்' என்று சொல்வதும் ஒன்றல்ல. மரம் என்பது பொதுச்சொல், ஆலமரம் என்பது சிறப்புச்சொல்.

எப்போது பொதுச்சொல்லைப் பயன்படுத்தவேண்டும், எப்போது சிறப்புச்சொல்லைப் பயன்படுத்தவேண்டும் என்பது நம்முடைய விருப்பம்தான். ஆனால், இயன்றவரை சிறப்புச்சொற்களைப் பயன்படுத்தி எழுதும்போது நம் எழுத்தில் ஆழம் பெருகும்.

உதாரணமாக, இந்த இரு வாக்கியங்களை வாசியுங்கள்:

★ ஒருவர் பாடினார்

★ சிவப்புச்சட்டையணிந்த இளைஞர் ஒருவர் இனிமையான குரலில் பாடினார்

இவற்றில் முதல் வாக்கியம் சுருக்கமானது, விஷயத்தைத் தெரிவிக்கிறது. ஆனால், இரண்டாவது வாக்கியம் அக்காட்சியை நம் கண்முன்னே விரிக்கிறது, மனத்தில் தங்குகிறது. காரணம், அங்கே பயன்படுத்தப்பட்டுள்ளவை அனைத்தும் சிறப்புச்சொற்கள்:

★ வெறும் 'ஒருவர்' அல்ல, 'இளைஞர்'

★ வெறும் 'இளைஞர்' அல்ல, 'சட்டையணிந்தவர்.'

★ வெறும் 'சட்டை' அல்ல, 'சிவப்புச்சட்டை'

★ வெறுமனே 'பாடவில்லை', 'இனிமையாகப்' பாடினார்.

இன்னோர் உதாரணம், 'இட்லி சாப்பிட்டான்' என்கிறோம், 'பழரசம் சாப்பிட்டான்' என்கிறோம். இவை இரண்டுக்கும் 'சாப்பிட்டான்' என்ற பொதுச்சொல்லைப் பயன்படுத்துவது போதுமானது. அதேசமயம், 'பழரசம் குடித்தான்' என்று சிறப்புச்சொல்லைப் பயன்படுத்தினால் இன்னும் பொருத்தமாக

அமையும். பொதுச்சொற்களைப் பயன்படுத்துவதில் எந்தப் பிழையும் இல்லை, அதேசமயம் சிறப்புச்சொற்களை அறிந்து, பொருத்தமான இடங்களில் பயன்படுத்தினால் நம் மொழி வலுவாகும், தெளிவாகும், வாசிப்போர் சிரமமின்றி நம் கருத்தை உணர்வார்கள், நன்கு எழுத விரும்புவோருக்கு அந்தப் பயிற்சி அவசியம்.

இக்கட்டுரையில் எவையெல்லாம் பொதுச்சொற்கள், எவையெல்லாம் சிறப்புச்சொற்கள் என்று யோசியுங்கள். மாற்றி எழுதிப் பயிற்சியெடுங்கள்!

13. முப்பத்தி ஆறு Vs முப்பத்து ஆறு

'எங்கள் வீடு முப்பத்தி ஆறாம் தெருவில் உள்ளது.'

தமிழில் இருபதுக்கு மேற்பட்ட எண்களை எழுதும்போது, 'இருபத்தி ஒன்று', 'முப்பத்தி ஒன்று', 'நாற்பத்தி ஒன்று' என்று எழுதுகிறோம், பேசுகிறோம். இது சரியா?

உதாரணமாக, இந்த வாக்கியத்தில் உள்ள 'முப்பத்தி ஆறு' என்ற எண்ணை எடுத்துக்கொண்டு ஆராய்வோம், புரிந்துகொள்வோம்.

'முப்பத்தி ஆறு' என்பது எதைக்குறிக்கிறது?

36 என்ற எண்ணைக் குறிக்கிறது. அதாவது 30 + 6, அதை இன்னும் பிரித்தால், 3 ★ 10 + 6.

இப்போது, இதை எழுத்தில் எழுதுவோம்:

★ 3 => மூன்று

★ 10 => பத்து

★ 6 => ஆறு

ஆக, 36 => மூன்று பத்து ஆறு.

தமிழில் இயல், இசை, நாடகம் என மூன்று பிரிவுகள் உள்ளன.

அதனை 'மூன்று தமிழ்' என்பார்கள், அதையே, 'முத்தமிழ்' என்றும் சொல்வார்கள்.

கனிகளில் மா, பலா, வாழை என மூன்று சிறந்த வகைகள் உள்ளன. அவற்றை 'முக்கனிகள்' என்பார்கள்.

ஆக, ஒரு பொருள் மூன்றாக இருக்கும்போது, அதனை 'மூன்று பொருள்' என்று சொல்வதற்குப்பதிலாக, 'முப்பொருள்' என்பார்கள். அப்படிதான் தமிழ் இலக்கணம் வரையறுக்கிறது.

ஆக, 'மூன்று பத்து' என்பதை 'முப்பத்து' என்று எழுதவேண்டும், 'மூன்று பத்து ஆறு' என்பதை 'முப்பத்து ஆறு' என்று எழுதவேண்டும். அல்லது, 'முப்பத்தாறு' என்று சேர்த்து எழுதவேண்டும். இதைத்தான் நாம் பிழையாக 'முப்பத்தி ஆறு' என்று சொல்கிறோம், எழுதுகிறோம்.

இது முப்பதுக்குமட்டுமல்ல, இருபது, நாற்பது, ஐம்பது என அனைத்துக்கும் பொருந்தும்:

★ இருபத்தி ஒன்று என்பது பிழை, அது 'இருபத்து ஒன்று' ('இருபத்தொன்று')

★ ஐம்பத்தி ஏழு என்பது பிழை, அது 'ஐம்பத்து ஏழு' ('ஐம்பத்தேழு')

★ எண்பத்தி எட்டு என்பது பிழை, அது 'எண்பத்து எட்டு' ('எண்பத்தெட்டு')

இனி இருபதுக்கு மேற்பட்ட எண்களைக் குறிப்பிடும்போது, 'பத்தி' வேண்டாம், 'பத்து' என எழுதுவோம்.

14. எனது Vs என்னுடைய

‘எனது வீட்டுக்கு வந்தால் எனது அண்ணனைச் சந்திக்கலாம்.’

இந்த வாக்கியத்தில் ‘எனது’ என்ற சொல் இரு இடங்களில் பயன்படுத்தப்பட்டுள்ளது. அவற்றுள் ஒன்று சரி, இன்னொன்று பிழை. ஏன் என்று ஊகிக்கமுடிகிறதா?

‘எனது’ என்ற சொல்லைப் பிரித்துப்பார்ப்போம்: என் + அது.

★ ‘என்’ என்பது உடைமையைக் குறிக்கிறது (யாருடைய பேனா? ’என்’னுடைய பேனா)

★ ‘அது’ என்பது, ஆறாம் வேற்றுமை உருபு, அது ‘என்’ என்ற சொல்லை அடுத்து வரும் சொல்லுடன் (பேனா) இணைக்கிறது. இதோ இப்படி: ‘என் + அது + பேனா’

இலக்கணப்படி, இந்த ‘அது’ என்கிற வேற்றுமை உருபு அஃறிணைக்குமட்டும்தான் பொருந்தும். உயர்திணைக்குப் பொருந்தாது.

அதென்ன அஃறிணை, உயர்திணை?

‘திணை’ என்றால், இனம் என்று பொருள். உயர்திணை என்றால், உயர்ந்த இனம், அதாவது, மனிதர்கள்.

'அஃறிணை' என்றால், அல்+திணை, அதாவது இனமல்லாதவை, உயர்திணையில் வராத மாடு, மரம், குதிரை, கல், மண் அனைத்தும் அஃறிணை.

ஆக, என் + அது + பேனா => எனது பேனா என்பது சரி. ஏனெனில், 'பேனா' என்பது அஃறிணை.

ஆனால், என் + அது + அண்ணன் => எனது அண்ணன் என்று எழுதுவது பொருந்தாது. ஏனெனில், 'அண்ணன்' என்பவன் உயர்திணை.

அப்படியானால், அண்ணனைக் குறிப்பிடும்போது எப்படி எழுதவேண்டும்?

'உடைய' என்ற சொல்லைப் பயன்படுத்தலாம். என் + உடைய + அண்ணன் => என்னுடைய அண்ணன்.

இதன்படி, மேலே கண்ட வாக்கியத்தை இப்படி மாற்றி எழுதலாம்: 'எனது வீட்டுக்கு வந்தால் என்னுடைய அண்ணனைச் சந்திக்கலாம்.'

இதேபோல் இன்னும் சில விஷயங்களை நினைவில் வையுங்கள்:

★ உனது => அஃறிணை, உன்னுடைய => உயர்திணை (உனது இட்லி, உன்னுடைய நண்பன்)

★ நமது => அஃறிணை, நம்முடைய => உயர்திணை (நமது தேசம், நம்முடைய ஆசிரியர்)

★ அவனது/அவளது/அவரது => அஃறிணை, அவனுடைய/ அவளுடைய/அவருடைய => உயர்திணை (கண்ணனது குழல், முருகனுடைய தம்பி)

★★★

15. வாழ்த்துகள் Vs வாழ்த்துக்கள்

தினமும் யாரையாவது வாழ்த்திக்கொண்டேதான் இருக்கிறோம். 'பிறந்தநாள் வாழ்த்துகள்', 'தீபாவளி வாழ்த்துகள்', 'பொங்கல் வாழ்த்துகள்'... இப்படி.

வாழ்த்தெல்லாம் சரி, ஆனால், அது வாழ்த்துகளா? அல்லது, வாழ்த்துக்களா?

இங்கே 'வாழ்த்து' என்பதுதான் வேர்ச்சொல், அதுவொரு கட்டளைச்சொல்/ஏவல் சொல் என்பார்கள். உதாரணமாக, 'நீ போய் அவனை வாழ்த்து.'

அதே கட்டளைச்சொல்லை, பெயர்ச்சொல்லாகவும் பயன்படுத்தலாம். உதாரணமாக, 'நான் அவனுக்கு வாழ்த்து வழங்கினேன்.'

இந்த 'வாழ்த்து' என்ற சொல்லை எப்படிப் பன்மையில் எழுதுவது?

தமிழில் 'உ' என்ற எழுத்தில் முடியும் ஒருமைச் சொற்களோடு 'கள்' என்ற பன்மை விகுதி சேரும்போது என்ன ஆகும் என்பதற்குப் பல விதிமுறைகள் உள்ளன. அவை அந்தச் சொல்லில் எத்தனை எழுத்துகள் உள்ளன என்பதைப் பொறுத்து மாறும்.

முதலில், அந்தச் சொல்லில் ஒரே ஓர் எழுத்துதான் இருக்கிறது என்றால், அது உகரத்தில் முடியாது. காரணம், தமிழில் குறில் எழுத்துகள் தனிச்சொற்களாக ஆகாது.

ஆனால், 'ஊ' என்று முடியும் ஒற்றை எழுத்துச் சொற்கள் உண்டு. அவை 'கள்' உடன் சேரும்போது நடுவில் 'க்' தோன்றும்.

உதாரணமாக: பூ + கள் => பூ + க் + கள் => பூக்கள்

அடுத்து, அந்தச் சொல்லில் இரண்டு எழுத்துகள் இருக்கின்றன என்றால், முதல் எழுத்தைப் பார்க்கவேண்டும். அது குறிலாக இருந்தால், 'க்' தோன்றும், நெடிலாக இருந்தால் தோன்றாது.

உதாரணமாக:

ஆடு + கள் => 'ஆ' என்பது நெடில், ஆகவே, 'க்' தோன்றாது => ஆடுகள்

பசு + கள் => 'ப' என்பது குறில், ஆகவே, 'க்' தோன்றும் => பசு + க் + கள் => பசுக்கள்

நிறைவாக, அந்தச் சொல்லில் மூன்று எழுத்துகள் அல்லது அதற்குமேல் இருந்தால், கடைசிக்கு முந்தைய எழுத்தைப் பார்க்கவேண்டும், அது உயிர்மெய்யெழுத்தாக இருந்தால், 'க்' தோன்றாது.

உதாரணமாக:

சிறகு + கள் => 'ற' என்பது உயிர்மெய்யெழுத்து, ஆகவே, 'க்' தோன்றாது => சிறகுகள்

ஒருவேளை கடைசிக்கு முந்தைய எழுத்து மெய்யெழுத்தாக இருந்தால், 'க்' தோன்றலாம், தோன்றாமலும் இருக்கலாம்.

உதாரணமாக:

முத்து + கள் => 'த்' என்பது மெய்யெழுத்து, ஆகவே, 'க்' இல்லாமல் 'முத்துகள்' என்றும் எழுதலாம், 'க்' சேர்த்து 'முத்துக்கள்' என்றும் எழுதலாம்.

அதேபோல்,

வாழ்த்து + கள் => 'த்' என்பது மெய்யெழுத்து, ஆகவே, 'க்' இல்லாமல் வாழ்த்துகள் என்றும் எழுதலாம், க் சேர்த்து வாழ்த்துக்கள் என்றும் எழுதலாம். அறிஞர்கள் இரண்டையும் பயன்படுத்தியுள்ளார்கள்.

அதேசமயம், பழக்கத்தில் நாம் 'க்' சேர்க்கும் வழக்கம் அதிகமில்லை. நண்டுகள், திண்டுகள், செருப்புகள் என்று இதற்கு உதாரணங்களை அடுக்கலாம். இவற்றை நாம் நண்டுக்கள், திண்டுக்கள், செருப்புக்கள் என்று எழுதுவதில்லையே.

அதன்படி பார்க்கையில், 'வாழ்த்துகள்' என்பதே சிறந்த பயன்பாடாகத் தோன்றுகிறது.

16. இணையத்தளம் Vs இணையதளம்

உங்களுக்கு இணையம் பிடிக்குமோ?

எல்லாருக்கும்தான் பிடிக்கும். செய்திகள், விளையாட்டு, வீடியோ, ஆடியோ என ஒவ்வொன்றுக்கும் விதவிதமான இணையத்தளங்கள் உண்டே!

அது சரி, அவை இணையதளங்களா, இணையத்தளங்களா?

'தளம்' என்ற சொல், ஓர் இடத்தைக் குறிக்கிறது. உதாரணமாக, அடுக்ககங்களில் முதல் மாடியை 'முதல் தளம்' என்று குறிப்பிடுவார்கள், இதேபோல் இரண்டாம் தளம், மூன்றாம் தளம் எனத் தொடரும். இந்தத் தளங்கள் அனைத்துக்கும் அடியிலே உள்ளது, அவற்றைத் தாங்கிநிற்பது, அடித்தளம்.

இதேபோல், விமானம் ஓடிவந்து மேலே பறக்கிற, அல்லது கீழே இறங்குகிற இடத்தை 'ஓடுதளம்' என்பார்கள். ராணுவத்தினர் பயிற்சியெடுக்கும் இடத்தை 'ராணுவத்தளம்' என்பார்கள்.

அதுபோல, இணையத்தில் நாம் பல்வேறு விஷயங்களை வாசிக்கிற இடங்கள் ஒவ்வொன்றையும் 'தளம்' என்கிறோம்.

அந்த இடங்கள் இணையத்தில் உள்ளதால், 'இணையத்தில் உள்ள தளம்' என்ற பொருளில் அதனைப் பயன்படுத்துகிறோம். ஆக, இணையம் + தளம் என்பவைதான் இங்கே நாம் காணும் சொற்கள். இவை எப்படிப் புணரும்?

'ம்' என்ற எழுத்தில் நிறைவடையும் சொற்கள், வல்லினத்தில் தொடங்குகிற, அதாவது க, ச, த, ப ஆகிய எழுத்துகளில் தொடங்கும் சொற்களோடு சேரும்போது, அங்கே இரண்டு விஷயங்கள் நடக்கும்:

1. முதல் சொல்லின் நிறைவில் இருக்கும் 'ம்' காணாமல் போய்விடும்:

இணையம் + தளம் => இணைய + தளம்

2. இரண்டாவது சொல்லின் தொடக்கத்தில் இருக்கும் வல்லின எழுத்து, மெய்யெழுத்தாக அங்கே தோன்றும். அதாவது 'தளம்' என்பதன் முதல் எழுத்தான 'த' என்பது வல்லின எழுத்து, அதன் மெய்யெழுத்து 'த்', அது அங்கே தோன்றும்:

இணைய + த் + தளம் => இணையத்தளம்

இதேபோல் இன்னும் சில உதாரணங்கள்:

★ மரம் + கிளை => மரக்கிளை

★ கன்னம் + குழி => கன்னக்குழி

★ சந்தனம் + சட்டை => சந்தனச் சட்டை

★ நலம் + திட்டம் => நலத்திட்டம்

17. புரம் Vs புறம்

'அந்த மரத்தின் அருகே வலப்புறமாகத் திரும்பினால் பேருந்து நிறுத்தம்!'

வலப்புறமா? வலப்புரமா?

பேருந்துகளில் 'கரம், சிரம், புறம் நீட்டாதீர்கள்' என்று அழகாக எழுதியிருப்பார்கள். அதாவது, பேருந்தில் உள்ளவர்கள் தங்களுடைய கை (கரம்), தலை (சிரம்) ஆகியவற்றை வெளியே (புறம்) நீட்டக்கூடாது, அப்படி நீட்டினால் ஆபத்து.

ஆக, 'புறம்' என்றால் வெளியே என்று பொருள். 'புறநானூறு', 'அகநானூறு' என்று சங்க இலக்கிய நூல்கள் உள்ளன. இவற்றில் 'அகநானூறு' வீட்டுக்குள் (அல்லது, மனத்துக்குள்) நிகழும் விஷயங்களைப் பேசும், 'புறநானூறு' என்பது வெளி விஷயங்களைப் பேசும்.

ஊருக்கு வெளியே உள்ள பகுதிகளைப் 'புறநகர்' என்பார்கள். அதாவது, நகருக்குப் புறம்.

ஆனால், சில நேரங்களில் 'உட்புறம்' என்றே எழுதுகிறோமே. உள் என்றால் உள்ளே, புறம் என்றால் வெளியே... தலை சுற்றுகிறதே!

குழப்பம் வேண்டாம். தமிழில் ஒரே சொல்லுக்குப் பல பொருள்கள் உண்டு. 'புறம்' என்பதன் இன்னொரு பொருள், 'பக்கம்'.

ஆக, உட்புறம் => உள் + புறம் => உள்பக்கம்

வெளிப்புறம் => வெளி + புறம் => வெளிப்பக்கம்

வலப்புறம் => வலம் + புறம் => வலப்பக்கம்

இடப்புறம் => இடம் + புறம் => இடப்பக்கம்

மேல்புறம் => மேல் + புறம் => மேல்பக்கம்

கீழ்ப்புறம் => கீழ் + புறம் => கீழ்ப்பக்கம்

அப்படியானால், 'புரம்' என்பது என்ன?

சிவபெருமானை 'முப்புரம் எரித்தவன்' என்பார்கள். அதாவது, மூன்று புரங்களை, மூன்று நகரங்களை எரித்தவன்.

'விழுப்புரம்' என்றோர் ஊர் உள்ளது. விழுமிய புரம் என்பது அதற்குப் பொருள், அதாவது, சிறந்த நகரம்.

ஆக, 'வலப்புறம்' என்றால் வலப்பக்கம், 'வலப்புரம்' என்றால், வலப்பக்கத்தில் உள்ள நகரம்!

18. அந்த, இந்த, உந்த, எந்த

அந்தக் காலால் இந்தப் பந்தை உதைத்தால் எந்தத் திசையில் செல்லும்?

மேற்கண்ட வாக்கியத்தில் அந்த, இந்த எனும் சொற்களைச் 'சுட்டுச்சொற்கள்' என்பார்கள். அதாவது, ஒரு விஷயத்தைச் சுட்டிச்சொல்வது: அந்த வயல், இந்த மரம்... இப்படி.

அந்த, இந்த ஆகியவற்றுடன், 'உந்த' என்று ஒரு சுட்டுச்சொல்லும் உண்டு. ஆனால் இப்போது அதனை நாம் பயன்படுத்துவதில்லை.

★ தொலைவில் உள்ளதைக் குறிப்பிட 'அந்த' என்ற சொல்: 'அந்த மலை'

★ அருகில் உள்ளதைக் குறிப்பிட 'இந்த' என்ற சொல்: 'இந்த வீடு'

★ இவை இரண்டுக்கும் நடுவே, அதாவது, தொலைவிலும் இல்லாமல் அருகிலும் இல்லாமல் உள்ளதைக் குறிப்பிட, 'உந்த' என்ற சொல்: 'உந்த மலர்'

இவற்றோடு ஒப்பிடும்போது, 'எந்த' என்ற சொல் மாறுபட்டிருக்கிறது. அதனை 'வினாச்சொல்' என்பார்கள். அதாவது, கேள்வி கேட்பது: எந்த ஆசிரியர்? எந்த நூல்?

அந்த, இந்த, உந்த, எந்த ஆகிய நான்கு சொற்களுக்கும் ஓர் ஒற்றுமை, இவை அனைத்துக்கும் அருகே வல்லினத்தில் தொடங்கும் ஒரு சொல் வந்தால், அங்கே க், ச், த் அல்லது ப் என்ற எழுத்து தோன்றும், அதாவது, வலி மிகும்:

★ அந்தப் பையன்

★ இந்தப் பெண்

★ உந்தச் சிறுவன்

★ எந்தப் பாடம்?

இவை அனைத்திலும் 'ந்த' என்ற எழுத்துகளை நீக்கிவிட்டு அ, இ, உ, எ என்றும் எழுதலாம். அதுவும் சரியான பயன்பாடுதான். உதாரணமாக:

★ 'அந்தப் பையன்' என்பதை 'அப்பையன்' என்று எழுதலாம்

★ 'இந்தப் பெண்' என்பதை 'இப்பெண்' என்று எழுதலாம்

இது எழுத்தில் மட்டுமல்ல, பேச்சிலும் பொருந்தும். உதாரணமாக, 'இப்போது', 'அப்போது', 'எப்போது' என்றெல்லாம் பேசுகிறோமல்லவா? அவை முறையே இந்தப் பொழுது, அந்தப் பொழுது, எந்தப் பொழுது என்கிற சொற்களின் சுருங்கிய வடிவங்கள்தாம்!

19. தெளிவு அவசியம்!

அழகான முத்துமாலை அணிந்த பெண் வந்தாள்.

இந்த வாக்கியத்தை நன்றாகப் படித்துக்கொள்ளுங்கள். அதன்பிறகு, இந்தக் கேள்விக்குப் பதில் சொல்லுங்கள்:

இங்கே 'அழகான' என்பது எதைக்குறிக்கிறது? முத்துமாலையையா? அல்லது, அதை அணிந்த பெண்ணையா?

இந்த வாக்கியத்தை எழுதியவர் அந்தப் பெண்ணைதான் அழகு என்று குறிப்பிட எண்ணியுள்ளார். ஆனால், அந்தச் சொல் தவறான இடத்தில் அமைந்துவிட்டதால், முத்துமாலையை வர்ணிக்கும் சொல்லாக மாறிவிட்டது.

இதை எப்படி மாற்றி எழுதலாம்?

'முத்துமாலை அணிந்த அழகான பெண் வந்தாள்' என்று எழுதலாம். இப்போது அழகான என்ற அடைமொழி எங்கே சேரும் என்கிற குழப்பமே இல்லை, அது அந்தப் பெண்ணைதான் குறிக்கும்.

அல்லது, 'அழகான, முத்துமாலை அணிந்த பெண் வந்தாள்' என்று எழுதலாம். முதல் வாக்கியத்துக்கும் இதற்கும் ஒரே

ஒரு காற்புள்ளி(கமா)தான் வித்தியாசம். ஆனால் அது அழகையும் முத்துமாலையையும் பிரித்து இப்படிப் பொருள் தருகிறது: அழகான பெண் வந்தாள், அவள் முத்துமாலை அணிந்திருந்தாள்.

ஒரு விஷயத்தை விளக்குவதற்குப் பலவிதமான வர்ணனைகளை அடுக்கும்போது இதுபோன்ற பிழைகள் வரலாம். இன்னோர் உதாரணம் பாருங்கள்:

'தில்லியில் வசிக்கும் என் அண்ணனின் நண்பர் சிவராமனைச் சந்தித்தேன்'

இங்கே தில்லியில் வசிப்பது யார்? என் அண்ணனா? அல்லது, சிவராமனா? குழப்பம் வருகிறதல்லவா?

இந்த வாக்கியத்தை, 'என் அண்ணன் தில்லியில் வசிக்கிறார், அவருடைய நண்பர் சிவராமனைச் சந்தித்தேன்' என்று எழுதலாம். கொஞ்சம் நீளம்தான், ஆனால், வாசிப்பவர்களுக்குக் குழப்பமில்லாமல் எழுதுவது நம் கடமை, அதையே இலக்கண நூல்களும் வலியுறுத்துகின்றன.

இதற்காக, நாம் எழுதுவது எதுவானாலும் அதை ஒருமுறைக்கு இருமுறை வாசித்துப்பார்க்கவேண்டும், நமக்குப் புரிகிறதா, பிறருக்கும் அவ்வாறே புரியுமா, ஏதேனும் குழப்பங்கள் ஏற்பட வாய்ப்புண்டா என்று யோசித்து, வாக்கியங்களைத் திருத்தியெழுதலாம், அல்லது, உரிய நிறுத்தற்குறிகளைச் சேர்த்துத் தெளிவாக்கலாம்.

20. வண்ணக் குழப்பங்கள்

அவன் சிவப்புப் பேனாவில் கருப்பு மை கொண்டு எழுதினான்.

சிலர் சிவப்பு என்று எழுதுகிறார்கள், சிலர் சிகப்பு என்று எழுதுகிறார்கள், எது சரி?

அதேபோல், கருப்பு, கறுப்பு என இரு சொற்களுமே பயன்படுத்தப்படுகின்றன. இவற்றில் எது சரி?

இப்படி நாம் குழம்புவோம் என்று தெரிந்துதான் தொல்காப்பியர் தெளிவாகச் சொல்கிறார், 'கறுப்பும் சிவப்பும் வெகுளிப்பொருள'.

அதாவது, கறுப்பு, சிவப்பு என்ற சொற்களின் பொருள், 'கோபம்!'

என்னது? கோபமா?

ஆமாம், கறுப்பு, சிவப்பு என்றால் கோபம் என்றுதான் பொருள், 'கோபத்தில் அவனுடைய முகம் கறுத்தது', 'ஆத்திரத்தில் அவன் சிவந்துபோனான்' என்றெல்லாம் எழுதுகிறோமல்லவா? அந்தக் கறுப்பும் சிவப்பும் நிறமல்ல, கோபம் என்கிற குணம்தான்.

அப்படியானால் சிவப்புச் சட்டை, கறுப்புச் செருப்பு என்றெல்லாம் எழுதக்கூடாதா?

எழுதலாம். அதையும் தொல்காப்பியர் சொல்கிறார், 'நிறத்துரு உணர்த்தற்கும் உரிய'. அதாவது, நிறங்களைக் குறிப்பதற்கும் இந்தச் சொற்களைப் பயன்படுத்தலாம்.

'சிவப்பு' என்ற சொல்லிலிருந்து இன்னும் பல சொற்கள் வருகின்றன, உதாரணமாக, 'செவ்வானம்' என்றால் சிவந்த வானம், 'செந்தாமரை' என்றால் சிவந்த தாமரை.

அப்படியானால், 'சிகப்பு'?

அது 'சிவப்பு' என்ற சொல்லின் பேச்சுவழக்கு என்கிறது மதராஸ் பல்கலைக்கழக அகராதி. ஆகவே, 'சிகப்பு' என்று எழுதாமல், 'சிவப்பு' என்று எழுதுவது நல்லது.

அதேசமயம், 'கறுப்பு' என்பதைக் 'கருப்பு' என்றும் எழுதலாம். அதிலிருந்து வரும் சொற்கள் சில: கார் மேகம் (கருத்த மேகம்), கார்குழல் (கருப்பான கூந்தல்).

சுருக்கமாகச் சொன்னால்:

★ கறுப்பு, கருப்பு இரண்டும் *Black* என்ற வண்ணத்தைக் குறிக்கும்

★ கறுப்பு என்ற சொல் கோபத்தையும் குறிக்கும்

★ சிவப்பு என்ற சொல் *Red* என்ற வண்ணத்தைக் குறிக்கும், கோபத்தையும் குறிக்கும்

★ சிகப்பு என்ற சொல், 'சிவப்பு' என்பதன் போலி வடிவம், அதற்குப் பதில் 'சிவப்பு' என்று எழுதலாம்

★★★

21. ‘ஈர்’க்கும் இலக்கணம்

இந்திய அரசாங்கம் இரண்டாயிரம் ரூபாய்த்தாளை அறிமுகப்படுத்தியிருக்கிறது.

நம் நாட்டுக்குதான் இது புதியது. ஆனால், மொரீஷியஸில் ஏற்கெனவே இரண்டாயிரம் ரூபாய்த்தாள் உண்டு.

ஆனால், ஓர் ஆச்சர்யம், அந்தத் தாளில் ‘இரண்டாயிரம்’ என்று எழுதவில்லை, ‘ஈராயிரம்’ என்று எழுதியிருக்கிறார்கள். நம் நாட்டுத்தாளிலோ ‘இரண்டாயிரம்’ என்று எழுதியுள்ளார்கள். எது சரி?

ஒரு பொருள் இரண்டாக இருக்கிறது என்றால், அதைப் பலவிதமாக எழுதலாம். உதாரணமாக: இரண்டு மரங்கள், இரு மரங்கள் என நாம் எழுதுகிறோம்.

ஆனால், ஒருவேளை அந்தப் பொருளின் பெயர் ஓர் உயிரெழுத்தில் தொடங்குகிறது என்றால், அதனை ‘இரு’ என்று எழுதக்கூடாது, ‘ஈர்’ என்று எழுதவேண்டும்:

இரண்டு + கைகள் => ‘கை’ என்பது உயிரெழுத்து அல்ல, ஆகவே, ‘இரு கைகள்’ என்று எழுதவேண்டும்

இரண்டு + இமைகள் => 'இ' என்பது உயிரெழுத்து, ஆகவே, 'இரு இமைகள்' என்று எழுதாமல், 'ஈர் இமைகள்', அதாவது 'ஈரிமைகள்' என்று எழுதவேண்டும்

தமிழில் 'ஈருருளி' என்று ஒரு சொல் உண்டு. அதற்கு என்ன பொருள் தெரியுமா?

ஈர் + உருளி, அதாவது, இரண்டு உருளி, உருண்டுசெல்லும் இரண்டு சக்கரங்களைக்கொண்ட வாகனம், உங்களுடைய சைக்கிள்தான்!

இரண்டு + உருளி => 'உ' என்பது உயிரெழுத்து, ஆகவே, 'ஈர் உருளி' => ஈருருளி

இதன்படி, இரண்டு + ஆயிரம் => 'ஆ' என்பது உயிரெழுத்து, ஆகவே, 'ஈர் ஆயிரம்', அதாவது 'ஈராயிரம்' என்று எழுதவேண்டும்.

இதை இன்னொருவகையாகவும் சேர்க்கலாம்:

★ இரண்டு + ஆயிரம் => முதல் சொல்லாகிய 'இரண்டு' என்பதன் நிறைவில் இருக்கும் 'உ'கரம் கெடும், அது 'இரண்ட்' என்று மாறும்

★ இரண்ட் + ஆயிரம் => இரண்டாயிரம்

ஆக, 2000 ரூபாயை எழுத்தில் எழுதுவதென்றால், இரண்டாயிரம் என்று எழுதலாம், இரண்டு ஆயிரம் என்று எழுதலாம், ஈராயிரம் என்று எழுதலாம், இவை அனைத்தும் சரி, 'இரு ஆயிரம்' என்றுமட்டும் எழுதக்கூடாது!

22. 'ம்'மால் இணையும் சொற்கள்

மர வீடு, மரம் வீடு... இந்த இரண்டுக்கும் என்ன வித்தியாசம்?

தமிழில் 'ம்' என்ற எழுத்தில் நிறைவடையும் சொற்கள் பிற சொற்களோடு இணையும்போது, பெரும்பாலான நேரங்களில் அந்த 'ம்' காணாமல்போய்விடும். அதன்மூலம் அந்த இரு சொற்களும் பொருளளவில் இணையும்.

உதாரணமாக, 'மனம்' என்ற சொல்லும், 'மகிழ்ச்சி' என்ற சொல்லும் தனித்தனியே உள்ளம், சந்தோஷம் என்கிற பொருள்களைத் தரும், அவற்றை இணைக்கும்போது, 'மனம்' என்பதில் இருக்கும் 'ம்' மறைந்து 'மனமகிழ்ச்சி' என்று ஆகும். இதன் பொருள், மனத்தில் மகிழ்ச்சி.

ஆக, மனத்தையும் மகிழ்ச்சியையும் இணைப்பதற்காக, அந்த 'ம்' காணாமல்போயிருக்கிறது. இதேபோல் இன்னும் சில உதாரணங்கள்:

வண்ணம் + கலவை => வண்ணக்கலவை (வண்ணங்களின் கலவை)

தரம் + கட்டுப்பாடு => தரக்கட்டுப்பாடு (தரத்தைக் கட்டுப் படுத்துதல்)

சட்டம் + சபை => சட்டசபை *(சட்டத்தைத் தீர்மானிக்கும் சபை)*

வட்டம் + பந்து => வட்டப்பந்து *(வட்டமான பந்து)*

அதுபோல, மரம் + வீடு ஆகிய சொற்கள் இணையும்போது, அது 'மர வீடு' என்று மாறுகிறது. இதன்மூலம் 'மரத்தாலான வீடு' என்று பொருள்தருகிறது.

அங்கே 'ம்' என்ற எழுத்து மறையாவிட்டால், அதாவது, 'மரம் வீடு' என்று எழுதினால், அச்சொற்கள் தனித்து நிற்கும், 'மரமே வீடு' என்ற பொருள் தரும்.

அதாவது:

★ புறாவுக்கு மரம் வீடு

★ ஆனால் மனிதனுக்கு, மர வீடு (மரத்தை வெட்டிப் பலகையாக்கிச் செய்யப்பட்ட வீடு)

இதேபோல் இன்னோர் உதாரணம்: வீரம் + வாள்:

★ இதனை 'வீர வாள்' என்று எழுதினால், போர்க்களத்தில் வீரமாகச் சண்டையிடுவதற்கான வாள் என்று பொருள்

★ 'வீரம் வாள்' என்று எழுதினால், வீரமே வாள், அதாவது, போர்க்களத்தில் ஒருவருக்கு ஆயுதமெல்லாம் தேவையில்லை, வீரம்தான் ஒருவருடைய வாள் என்று பொருள்

23. நேரம், நல்ல நேரம்

காலை, மதியம், மாலை, இரவு என்ற சொற்கள் மிக எளியவை, அழகானவை, ஆகவே, ஒரு நாளின் பல பகுதிகளைக் குறிக்க நாம் அவற்றை அதிகம் பயன்படுத்திவருகிறோம்.

அதேசமயம், கிராமப்புறங்களிலிருந்து வந்தவர்கள் இச்சொற்களை வேறுவிதமாகச் சொல்வார்கள். உதாரணமாக:

★ வெள்ளன எழுந்து வந்தேன்

★ வைகறையிலே குளிர் அதிகம்

★ விடியக்காலையில விதைக்கணும்

★ உச்சிப்பொழுதுன்னு பாக்காம அலைஞ்சு திரிஞ்சாதான் சோறு

★ அந்திக் கருக்கலுக்குள்ள வீடு திரும்பணும்

★ நடுசாமத்துல என்னய்யா சத்தம்?

இந்தச் சொற்கள் நமக்குக் கொஞ்சம் பழக்கமில்லாமல் தோன்றலாம். ஆனால், இவற்றின் பொருளைத் தெரிந்து கொண்டால், விரும்பிப் பயன்படுத்துவோம்:

'வெள்ளன' என்ற சொல், 'வெள்ளையென', 'வெள்ளியென' என்பதன் சிதைந்த வடிவம் என்கிறார்கள். அதிகாலை நேரத்தில் வானம் வெள்ளைநிறத்தில் வெளுக்கிறதல்லவா? அது வெள்ளிபோல் தெரிகிறதல்லவா? அதுதான் 'வெள் என'... இந்த நேரத்தைத் தமிழ் இலக்கணம் 'வைகறை' என்றும் அழைக்கிறது.

'விடியக்காலை' என்பது 'விடியல் காலை' என்பதன் பேச்சு வடிவம். அதாவது, பொழுது விடிகிற நேரம்.

'உச்சிப்பொழுது' என்பது என்ன?

ஒரு மரத்தில் எல்லாக் கிளைகளுக்கும் மேலாக இருக்கும் கிளையை 'உச்சி' என்கிறோம். அதுபோல, சூரியன் பூமிக்கு நேர் மேலே வருகிற நேரம்தான் 'உச்சிப்பொழுது', அதாவது, சூரியன் உச்சியில் உள்ள பொழுது. சரியாகச் சொல்வதென்றால், நண்பகல் 12 மணி.

'அந்தி' என்பது மாலைநேரத்தைக் குறிக்கும் சொல். 'கருக்கல்' என்றால் கருத்துப்போவது, காலையில் 'வெள்'ளென்று இருந்த வெளிச்சம் மாலையில் கருத்துப்போகுமல்லவா? அதுதான் கருக்கல். இரண்டையும் சேர்த்துச்சொன்னால் 'அந்திக்கருக்கல்'.

'சாமம்' என்ற சொல் வடமொழியிலிருந்து வருகிறது, அங்கே அதனை 'ஜாமம்' என்பார்கள். ஒரு நாள் எட்டு சாமங்களாகப் பிரிக்கப்படும். அதில் நடுராத்திரியில் (அதாவது, ஒரு நாளைக்கும் இன்னொரு நாளைக்கும் நடுவில்) வரும் சாமம்தான் 'நடுசாமம்'. அதாவது இரவு பன்னிரண்டு மணி!

24. எல்லாம் நன்மைக்கே!

'**பா**டமெல்லாம் படிச்சாச்சா?'

இப்படி ஓர் ஆசிரியர் உங்களிடம் கேட்டால், அதற்கு என்ன பொருள்?

'பாடம் படித்தாயிற்றா?' என்று அவர் கேட்கலாம், ஆனால், 'பாடமெல்லாம் படித்தாயிற்றா' என்று கேட்கிறார். அந்த 'எல்லாம்' அங்கே எதை உணர்த்துகிறது?

'எல்லாம்' எனும்போது, அத்துடன் தொடர்புடைய பல விஷயங்களும் சேர்ந்துள்ளன என்பது புரிகிறது. 'இட்லி சாப்பிட்டேன்' என்றால், வெறுமனே இட்லியைச் சாப்பிட்டதாகப் பொருள், ஆனால், 'இட்லியெல்லாம் சாப்பிட்டேன்' என்றால், இட்லியோடு சட்னி, சாம்பாரையும் சேர்த்துச் சாப்பிட்ட பொருள் வருகிறது.

இட்லி => அதனுடன் தொடர்புடையவை சட்னி, சாம்பார் => இட்லியெல்லாம்

இதையே, 'இட்லி எல்லாம் சாப்பிட்டேன்' என்று இடம்விட்டும் எழுதலாம், அப்போது அதன் பொருள் மாறுகிறது, 'எல்லா இட்லிகளையும் சாப்பிட்டேன்' என்று அர்த்தமாகிறது.

அதாவது:

- இட்லியெல்லாம் சாப்பிட்டேன் => இட்லி, தோசை, சட்னி, சாம்பார் போன்றவற்றைச் சாப்பிட்டேன் (இட்லியுடன் தொடர்புடையவற்றைச் சாப்பிட்டேன்)
- இட்லி எல்லாம் சாப்பிட்டேன் => தட்டில் நான்கு இட்லிகள் இருந்தன, அவை நான்கையும் சாப்பிட்டேன்

இதேபோல்:

- பாடமெல்லாம் படித்தாயிற்றா? => பாடங்கள், அவற்றோடு தொடர்புடைய கணக்குகள், பயிற்சிகள் அனைத்தையும் படித்தாயிற்றா?
- பாடம் எல்லாம் படித்தாயிற்றா? => நீ ஏழெட்டுப் பாடங்களைப் படிக்கவேண்டியிருந்ததே, அவை அனைத்தையும் படித்துவிட்டாயா?

'எல்லாம்' என்ற சொல் முந்தைய சொல்லுடன் இணைந்து வந்தால், 'தொடர்புடைய அனைத்தும்' என்று பொருள், இணையாமல் தனித்து நின்றால், 'அங்கே இருந்த அனைத்தும்' என்று பொருள்.

இந்த அடிப்படையில், இந்த வாசகங்கள் ஒவ்வொன்றும் சரியா என்று யோசியுங்கள், பிழையிருந்தால் திருத்தி எழுதுங்கள்:

- மாணவர்களெல்லாம் வகுப்புக்கு வந்தார்கள்
- நல்லவழியில் நடந்தால் நன்மைகள் எல்லாம் கிடைக்கும்
- செடிகொடிகளெல்லாம் பசுமையாக உள்ளன
- வீடெல்லாம் மகிழ்ச்சி

25. பானப் பெயர்கள்

நண்பரைச் சந்தித்தேன். அவரோடு தேநீர் அருந்தினேன். தேநீரா? தேனீரா?

Tea Leaf என ஆங்கிலத்தில் சொல்லப்படும் ஒருவகையான இலையிலிருந்துதான் *Tea* எனும் பானம் தயாராகிறது. இந்த இலையைத் தமிழில் 'தேயிலை', அதாவது, 'தே இலை' என்று எழுதுவார்கள்.

'தே' எனும் அந்த இலையைக்கொண்டு தயாரிக்கப்படும் நீரிலிருந்து இந்தப் பானம் கிடைக்கிறது. ஆகவே, அதனை இப்படி எழுதவேண்டும்:

தே + நீர் => தேநீர்

ஒருவேளை 'தேனீர்' என்று எழுதினால் என்ன பொருள்?

தேன் + நீர் => தேனோடு கலந்த நீர் என்று பொருள். அது இங்கே பொருந்தாது.

எனக்குத் தேநீரைவிடக் காப்பிதான் பிரியமானது. அதை எப்படித் தமிழில் எழுதுவது?

Coffee என்ற ஆங்கிலச்சொல்லைத் தமிழில் எழுதும்போது, *'f'* என்ற ஒலிப்பை வழங்குவது சிரமம். அதற்கு இணையான *'p'*

என்ற ஒலிப்பைத் தரும் 'ப' என்ற எழுத்தைப் பயன்படுத்திக் 'காப்பி' அல்லது 'காபி' என்று எழுதுகிறோம்.

சிலர் இதனை 'காஃபி' என்று எழுதுவார்கள், 'ஃப' என்பது *'fa'* என்ற ஒலிப்பைத் தருவதாக எண்ணிப் பயன்படுத்துவார்கள். இன்னும் சில உதாரணங்கள்: 'ஃபோன்', 'ஃபன்', 'ஃபாஸ்ட்'...

இவை அனைத்தும் ஆங்கிலச்சொற்கள். தமிழ்ச்சொற்களில் *'f'* எனும் ஒலிப்பு கிடையாது, ஆகவே ஆய்த எழுத்தாகிய 'ஃ'ஐத் தமிழில் இப்படிப் பயன்படுத்துவதில்லை. ஆங்கிலச் சொற்களுக்குமட்டும் பயன்படுத்துகிறோம், அதுவும் பழக்கத்தால் வந்ததுதான், இலக்கணம் ஏதும் கிடையாது.

'காப்பி'க்குத் தமிழ்ச்சொல் ஏதும் இல்லையா?

'குளம்பி' என இதற்கொரு பெயர் உண்டு. காரணம், காப்பிக்கொட்டை குதிரையின் குளம்பு வடிவத்தில் இருக்கிறது. ஆகவே, குளம்புவடிவக் கொட்டையிலிருந்து வந்த பானம் => குளம்பி என்று அழைக்கிறார்கள்.

காப்பியோ காஃபியோ குளம்பியோ, அதனை அதிகம் உட்கொள்வது உடலுக்கு நல்லதில்லை. அதற்குப்பதிலாகப் பழங்களிலிருந்து பிழிந்த சாறு சிறந்தது.

தமிழில் இதனைப் 'பழச்சாறு' அல்லது 'பழரசம்' என்கிறோம். 'கனிச்சாறு', 'கனிரசம்' போன்ற பெயர்களும் பயன்படுத்தப்படுவதுண்டு.

எந்தப் பழத்திலிருந்து சாறு வந்ததோ அதைப் பொறுத்து வெவ்வேறு பெயர்கள் அமைகின்றன. உதாரணமாக, 'எலுமிச்சைச்சாறு', 'ஆப்பிள் சாறு', 'ஆரஞ்சுச்சாறு'.

பழங்களுக்கு மட்டுமல்ல, கரும்பிலிருந்து வருவது கரும்புச்சாறு, (அருகம்)புல்லிலிருந்து வருவது அருகம்புல் சாறு, (மாதுளம்) பூவிலிருந்து வருவது மாதுளம்பூச்சாறு... இப்படி இன்னும் பல சாறுகள் நம்மிடையே உண்டு!

★★★

26. அழைக்கும் மரபு

அதோ, அங்கே உட்கார்ந்திருப்பவர் என்னுடைய நண்பர், அவர் பெயர் கண்ணன்.

இப்போது, நான் அவரை இங்கே வரச்சொல்லி அழைக்கவேண்டும். எப்படி அழைப்பேன்?

'கண்ணா, வா.'

ஒருவேளை அவருடைய பெயர் முருகன் என இருந்திருந்தால், 'முருகா' என அழைத்திருப்பேன், சந்திரன் என இருந்திருந்தால், 'சந்திரா' என அழைத்திருப்பேன்.

தமிழில் இதனை 'விளி மரபு' என்கிறார்கள். விளித்தல் என்றால் அழைத்தல். ஆகவே, 'விளி மரபு' என்றால், அழைக்கின்ற முறை.

கண்ணன், முருகன், சந்திரன் என்பதுபோல் 'அன்' என முடிகின்ற பெயர்களை அழைக்கும்போது, அந்த 'அன்'ஐ எடுத்துவிட்டு, 'ஆ' சேர்க்கவேண்டும்:

கண்ணன் => கண்ண்+அன் => கண்ண்+ஆ => கண்ணா

முருகன் => முருக்+அன் => முருக்+ஆ => முருகா

இதேபோல், 'இ' என முடிகிற பெயர்களை அழைக்கும்போது, அந்த 'இ'யைக் கொஞ்சம் நீட்டி, 'ஈ' என அழைக்கவேண்டும்:

சுந்தரி => சுந்தர்+இ => சுந்தர்+ஈ => சுந்தரீ

தேவி => தேவ்+இ => தேவ்+ஈ => தேவீ

'ஐ' என முடிகிற பெயர்கள், 'ஆய்' என மாறும்:

சீதை => சீத்+ஐ => சீத்+ஆய் => சீதாய்

நங்கை => நங்க்+ஐ => நங்க்+ஆய் => நங்காய்

இந்த விதிமுறைகளெல்லாம் பெயர்களுக்குமட்டுமல்ல, உறவுமுறைகளுக்கும் பொருந்தும். உதாரணமாக, அண்ணனை எப்படி அழைப்போம்?

அண்ணன் => 'அன்' என முடிகிறது => 'ஆ' என மாறவேண்டும் => அண்ணா

தம்பியை எப்படி அழைப்போம்?

தம்பி => 'இ' என முடிகிறது => 'ஈ' என மாறவேண்டும் => தம்பீ

தங்கையை எப்படி அழைப்போம்?

தங்கை => 'ஐ' என முடிகிறது => 'ஆய்' என மாறவேண்டும் => தங்காய்

இதுவரை நாம் சொன்ன விதிமுறைகள் எல்லாம், உயர்திணைக்கு, அதாவது மனிதர்களுக்குதான் பொருந்தும். கல், மண், மாடு, குதிரைக்கெல்லாம் இவற்றைப் பயன்படுத்தக்கூடாது.

உதாரணமாக, 'குதிரை' => 'ஐ' என முடிகிறது => 'ஆய்' என மாறவேண்டும் => குதிராய் என்று அழைக்கக்கூடாது.

மாறாக, அஃறிணைப் பொருள்களுக்கு 'ஏ' சேர்க்கவேண்டும்:

குதிரை + ஏ => குதிரையே
கல் + ஏ => கல்லே
உலகம் + ஏ => உலகமே
மழை + ஏ => மழையே

27. நொடி முதல் மணி வரை

இதோ, ஒரு நொடியில வர்றேன்.

அதென்ன 'நொடி'?

ஆங்கிலத்தில் 'second' எனவும், தமிழில் விநாடி நொடி எனவும் குறிப்பிடப்படும் சொல், ஒரு நிமிடத்தில் அறுபதில் ஒரு பகுதியைக் குறிக்கிறது.

உண்மையில் 'நொடி' என்பது வினைச்சொல். இரு விரல்களைச் சேர்த்து உரசி ஒலி எழுப்புவதுதான் நொடித்தல், அந்தச் செயலைச் செய்வதற்கு ஆகும் நேரம் 'நொடிப்பொழுது'.

இதையே, 'இமைப்பொழுது' என்றும் சொல்வதுண்டு. காரணம், கண்களின் இமைகளை ஒருமுறை மூடித் திறப்பதற்கும் இதே நேரம்தான் ஆகும்.

ஒரே நேரத்தில் கண்ணிமைகளை மூடித் திறந்தபடி கைகளால் நொடித்துப்பாருங்கள், இமைப்பொழுதும் நொடிப்பொழுதும் ஒன்றே என்பது புரியும். இதை நீங்கள் ஒரு கடிகாரத்திலும் சரிபார்க்கலாம்.

சிலர் 'நொடிப்போது' என்கிறார்களே. அது சரியா?

'பொழுது' என்ற சொல்லைப் 'போது' என்று சுருக்கி எழுதும் மரபு தமிழில் உண்டு. 'இப்பொழுது' என்பதை 'இப்போது' என்று எழுதுகிறோமல்லவா? அதுபோல, 'நொடிப்பொழுது' என்பது 'நொடிப்போது' என்று மாறும்.

இப்படி அறுபது நொடிகள் சேர்ந்தால், ஒரு நிமிடம். இது ஒரு வடமொழிச்சொல், தமிழில் இதனை 'மணித்துளி' என்பார்கள்.

இந்த நிமிடங்கள்/மணித்துளிகள் அறுபது சேர்ந்தால், ஒரு மணி நேரம் ஆகும். இங்கே 'மணி' என்பது மணியோசையைக் குறிக்கிறது. முன்பெல்லாம் நேரத்தைக் குறிப்பிட மணியோசை எழுப்பிக்கொண்டிருந்தார்கள். ஆகவே, அதற்கு 'மணி' என்ற சொல் அமைந்தது.

இப்போதும், சில வீடுகளில் மணிக்கொருமுறை மணியோசை எழுப்பும் கடிகாரங்கள் உள்ளன. அதாவது, ஒரு மணி என்றால், மணியோசை ஒருமுறை எழும், ஐந்து மணி என்றால், அதே மணியோசை ஐந்துமுறை எழும்.

ஆக, 'நேரம் ஐந்து மணி' என்றால், ஐந்து மணிகள் ஒலித்துள்ளன என்று பொருள். அப்படி வந்த சொல்தான் 'மணி'.

60 நொடிப்பொழுது/இமைப்பொழுது => 1 நிமிடம்/மணித்துளி

60 நிமிடம்/மணித்துளி => 1 மணிநேரம்

இதையெல்லாம் நாம் பார்க்கும் இடம், 'கடிகாரம்'. இதுவும் வடமொழிச்சொல்தான். தமிழில் இதனை 'மணிகாட்டி' அல்லது 'நேரங்காட்டி' என்று அழைக்கிறார்கள்.

பழங்காலத்தில் நாழிகை, முகூர்த்தம், சாமம் என்பதுபோன்ற நேரக்கணக்குகள் உள்ளன. ஆனால் இப்போது எல்லாம் நொடி, நிமிடம், மணி என மாறிவிட்டது. உலகம்முழுவதும் இந்த முறையே பின்பற்றப்படுகிறது.

28. நல்லதைத் துழாவுவோம்

'அவனை எங்கெங்கேயோ துழாவிப்பார்த்தேன்.'

இந்த வாக்கியத்தைப் பலரும் 'துளாவிப்பார்த்தேன்' என்று சொல்வார்கள், சிலர் அப்படியே எழுதுவதும் உண்டு. இது சரியா?

'சிறுகுரங்கின் கையால் துழா' என்று ஒரு பழமொழி இருக்கிறது. இதற்கு என்ன பொருள்?

'துழாவல்' என்ற சொல் பல பழந்தமிழ் இலக்கியங்களில் இருக்கிறது. இதன் பொருள், 'கிண்டுதல்' அல்லது 'கிளறுதல்'.

நம் கையில் வைத்திருக்கும் ஒரு ரூபாய் கீழே விழுந்துவிடுகிறது, உடனே, மண்ணைக் கிளறி அந்தக் காசை எடுக்கிறோம். அதுதான் 'துழாவல்'/'துழாவுதல்'.

அதுபோல, சிறுகுரங்கு தன்னுடைய கையால் துழாவிப்பார்க்கிறது, அங்கே என்ன இருக்கிறது என்பதை அறிகிறது, அதைத் தன்னுடைய தாய்க்குரங்குக்குச் சொல்கிறது. அதுதான் 'சிறுகுரங்கின் கையால் துழா'.

மேலே நாம் சொன்ன வாக்கியத்தில், ஒரு பையனைக் காணவில்லை. ஆகவே, அவனை அங்குமிங்கும் தேடுகிறோம், 'துழாவிப்பார்த்தேன்' என்கிறோம்.

சுவையான உணவை உண்ணுகிறோம், ஒரு துண்டு பல்லில் சிக்கிக்கொண்டுவிட்டது, நாக்கால் அதைத் தேடி அகற்றுகிறோம், அதுவும் 'துழாவுதல்'தான்.

சில நேரங்களில், 'தோண்டித் துழாவினேன்' என்பார்கள். அதன் பொருள், நான் வெறுமனே தேடியபோது அது கிடைக்கவில்லை, இன்னும் ஆழமாகச் சென்று தேடினேன், அதன்பிறகுதான் கிடைத்தது.

ஆற்றில் படகு செல்லும்போது, துடுப்பு என்ன செய்கிறது? தண்ணீருக்குள் சென்று துழாவுகிறது. அதனால் அதனைத் 'துழா துடுப்பு' என்று சொல்வார்கள், அதாவது, 'துழாவுகின்ற துடுப்பு.'

சில படகுகளில் துடுப்பு இருக்காது, அதற்குப்பதிலாக, ஒரு நீண்ட கோல் இருக்கும், அதனைத் 'துழா' என்றே அழைப்பார்கள். துடுப்பு, துழா என இரண்டுமே உள்ள படகுகளும் உண்டு.

ஆக, 'துழாவல்' என்பது சரியான சொல், அது பேச்சுவாக்கில் 'துளாவல்' என மாறியுள்ளது. இது ஏன் இப்படி மாறியது என்பதற்கான காரணங்களைத் துழாவாமல், அதனைத் 'துழாவினேன்' என்றே பயன்படுத்துவோம்.

29. உறிஞ்சு, ஊது

'*இளநீரில் ஸ்ட்ரா போட்டுக்குடித்தேன்.*'

Straw என்பது ஆங்கிலச்சொல். இதன் நேரடிப் பொருள், வைக்கோல். இளநீர், பழரசங்களைக் குடிப்பதற்கு நாம் பயன்படுத்துகிற பிளாஸ்டிக் பொருளும் வைக்கோலைப்போலதானே இருக்கிறது, அதனால் அதற்கு அந்தப் பெயர்.

உங்களுக்குத் தெரியுமா? ஆரம்பகாலத்தில் நிஜமாகவே சிலவகை வைக்கோல்களைப் பயன்படுத்திதான் பானங்களைக் குடித்துக்கொண்டிருந்தார்களாம், அதன்பிறகுதான் நாம் இன்று பயன்படுத்தும் பிளாஸ்டிக் பொருள் கண்டறியப்பட்டது.

சரி, ஸ்ட்ராவுக்குத் தமிழ் என்ன?

இதற்குப் பலர் உறிஞ்சுகுழல், உறிஞ்சிகுழல் என்ற பெயர்களைப் பயன்படுத்தக்கேட்கிறோம். இவற்றுள் எது சரி?

'குழல்' என்ற சொல் ஒரு வடிவத்தைக் குறிக்கிறது: தடிமன் குறைவான, நீளம் அதிகமான, உள்ளீடற்ற ஒரு பொருள்தான் குழல். உதாரணமாக, புல்லாங்குழல் என்ற இசைக்கருவியைச் சொல்லலாம்.

ஸ்ட்ராவும் குழல்மாதிரிதான் இருக்கிறது, ஆனால் அதைக் 'குழல்' என்று சொன்னால் யாருக்கும் புரியாது, ஆகவே, 'உறிஞ்சுகுழல்' என்கிறோம். அதாவது, உறிஞ்சுவதற்குப் பயன்படுத்தும் குழல்.

'உறிஞ்சுகுழல்' என்பதைத் தமிழில் 'வினைத்தொகை' என்பார்கள். இது முக்காலத்துக்கும் பொருந்தும்: உறிஞ்சுகின்ற குழல், உறிஞ்சிய குழல், உறிஞ்சும் குழல்.

இதையே 'உறிஞ்சி' என்றும் குறிப்பிடலாம். அதாவது, உறிஞ்சு + இ => உறிஞ்சி, அதன் பொருள், 'உறிஞ்சுகின்ற கருவி'.

'உறிஞ்சி' என்று எழுதும்போது, தனியே 'குழல்' என்று குறிப்பிடவேண்டியதில்லை. காரணம், 'உறிஞ்சி' என்பதே முழுமையான பெயர்ச்சொல்.

ஆக: ஸ்ட்ராவைத் தமிழில் உறிஞ்சுகுழல் அல்லது உறிஞ்சி என்று குறிப்பிடலாம்!

உறிஞ்சுவது சரி, ஊதுவதற்கும் குழல் உண்டா?

ஓ, உண்டு. நீங்கள் சோப்புநீரில் ஒரு குழலை வைத்து ஊதி அழகழகான முட்டைகள் வரவழைப்பீர்கள் அல்லவா? அதை 'ஊதுகுழல்' என்று அழைக்கலாம்.

முன்பெல்லாம் வீடுகளில் 'ஊதுகுழல்' என்ற பெயரில் ஒரு நீளமான குழல் இருக்கும். அதை வைத்து அடுப்புக்குக் காற்று ஊதுவார்கள், இப்போது எரிவாயு அடுப்புகள் வந்துவிட்டதால், அது அதிகப் புழக்கத்தில் இல்லை.

உறிஞ்சுகுழல் => ஊதுகுழல் என்பதுபோல், உறிஞ்சி => ஊதி என்று ஆகும், அதாவது, ஊதுகிற பொருள். ஆங்கிலத்தில் விசில் என்று சொல்கிறோமல்லவா, அதுதான் தமிழில் 'ஊதி'.

இப்படி வினைச்சொற்களை வைத்தே பெயர்ச்சொற்களை அழகழகாக அமைப்பது தமிழின் பெருமை. அதனை அறிந்து சரியாகப் பயன்படுத்துவோம்!

30. ஆளி

'சிறந்த தொழிலாளிக்கு முதலாளி பரிசு வழங்கினார். அவர் ஒரு கடின உழைப்பாளி என்று பாராட்டினார்.'

'தொழிலாளி' என்ற சொல்லில் ஒரு சிறப்புண்டு, தெரியுமா?

தமிழில் லகரம், ளகரம், ழகரம் என்ற மூன்று உச்சரிப்புகளும் பலருக்குக் குழப்பம் தருபவை. ஆனால், 'தொழிலாளி' என்ற சொல்லில் இவை மூன்றுமே அமைந்துள்ளன.

ஆகவே, ல, ள, ழ குழப்பமுள்ளவர்கள் தொழிலாளி என்ற சொல்லைத் திரும்பத்திரும்ப உச்சரித்துப்பழகினால் போதும், விரைவில் எல்லாச் சொற்களையும் சரியாகப் பேசத்தொடங்கிவிடுவோம்.

இன்னொரு விஷயம், தொழிலாளி, முதலாளி, உழைப்பாளி போன்ற சொற்கள் 'ஆளி' என முடிகின்றன:

தொழில் + ஆளி => தொழிலாளி

முதல் + ஆளி => முதலாளி

உழைப்பு + ஆளி => உழைப்பாளி

இதேபோல் இன்னும் சில சொற்கள்:

விருந்து + ஆளி => விருந்தாளி

காவல் + ஆளி => காவலாளி

கூட்டு + ஆளி => கூட்டாளி

இங்கே 'ஆளி' என்பது எதைக்குறிக்கிறது?

'ஆளி' என்ற பெயரில் ஒரு தாவரம் உண்டு. ஆளிவிதைகள் எனப்படும் *Flax Seeds* சாப்பிடுகிறவர்களைப் பார்த்திருப்பீர்கள்.

ஆனால், இங்கே 'ஆளி' என்பது 'ஆள்+இ', அதாவது, 'ஆள்கிறவர்'/'ஆட்சி செய்கிறவர்' என்கிற பொருளில் வருகிறது. அரசன் நாட்டை ஆள்வதுபோல, இவர்கள் ஒவ்வொருவரும் வெவ்வேறு விஷயங்களை ஆள்கிறார்கள்: தொழிலாளி என்பவர் தொழிலை ஆள்பவர், முதலாளி என்பவர் அந்தத் தொழிலுக்குச் செய்த முதலீட்டை ஆள்பவர், விருந்தாளி என்பவர் விருந்தின் அரசர்...

'ஆளி'யை வைத்து இன்னும் பல சொற்களை உருவாக்கலாம்:

அறிவானவர் => அறிவு + ஆளி => அறிவாளி

திறமையானவர் => திறன் + ஆளி => திறனாளி

அன்பானவர் => அன்பு + ஆளி

வயலில் உழவை ஆள்பவர் => உழவு + ஆளி => உழவாளி

கடலில் சென்று மீன்பிடிப்பவர் => கடல் + ஆளி => கடலாளி

இதற்குமேல் உங்களுக்கு விளக்கவேண்டியதில்லை, காரணம், நீங்களெல்லாம் நல்ல படிப்பாளிகள்!

31. குறை நல்லது!

'மணி, இங்கே வா.'

இப்படி அழைக்கப்படும் சிறுவனின் உண்மைப்பெயர் 'மணியன்'. அதைச் சுருக்கி 'மணி' என்று அழைக்கிறார்கள் நண்பர்கள்.

உங்களுக்குத் தெரியுமா? இதற்கும் ஓர் இலக்கணம் உண்டு. அதன் பெயர், 'கடைக்குறை'.

'கடை' என்றால் அரிசி, பருப்பு வாங்கும் கடை அல்ல. 'கடைசி' என்பதன் சுருக்கம்தான் அது!

உதாரணமாக, 'கடைக்கண் பார்வை' என்று சொல்கிறோமல்லவா? அதன் பொருள், கண்ணின் கடைசியில், அதாவது நுனியின்வழியே பார்ப்பது.

ஆக, 'கடை' என்றால், 'கடைசி', 'குறை' என்றால், குறைப்பது, 'கடைக்குறை' என்றால், கடைசியிலிருப்பதைக் குறைப்பது.

'மணியன்' என்பது பெயர், அதில் 'கடை'யில் இருக்கும் 'யன்' என்பதைக் குறைத்துவிட்டு, 'மணி' என்று அழைக்கிறார்கள் நண்பர்கள்.

'திருச்சிராப்பள்ளி' என்பது ஓர் ஊரின் பெயர், அதன் 'கடை'யில் உள்ள 'ராப்பள்ளி' என்பதுகுறைந்து, இப்போது அது 'திருச்சி' என அழைக்கப்படுகிறது.

'குன்றம்' என்றால் சிறு மலை. அதன் 'கடை'யில் உள்ள 'அம்' என்பது குறைந்து, அது 'குன்று' என ஆகிறது.

அட, 'கடை' என்பதே 'கடைக்குறை'க்கான ஓர் உதாரணம்தான், 'கடைசி' என்பதின் 'கடை'யில் உள்ள 'சி' என்பது குறைந்து அது 'கடை' என அழைக்கப்படுகிறது.

இதேபோல் தமிழில் முதற்குறை, இடைக்குறையும் உண்டு. அதாவது, சொல்லின் முதலில்/தொடக்கத்தில் உள்ள எழுத்து குறைவது, சொல்லின் நடுவில் உள்ள எழுத்து குறைவது:

★ 'தாமரை' என்பதை 'மரை' என்று எழுதுவார்கள், இங்கே தொடக்கத்தில் உள்ள 'தா' என்ற எழுத்து குறைந்திருப்பதால், அது 'முதற்குறை'.

★ 'எல்லாம்' என்பதை 'எலாம்' என்று எழுதுவார்கள், இங்கே சொல்லின் நடுவில் உள்ள 'ல்' என்ற எழுத்து குறைந்திருப்பதால், அது 'இடைக்குறை'

இப்படிக் குறைகளையும் கற்றுக்கொண்டால், நிறைவாக எழுதலாம்!

32. கடைப்பிடித்தல் Vs கடைபிடித்தல்

'நல்ல பழக்கங்களைக் கடைப்பிடிக்கவேண்டும்.'

'கடைப்பிடித்தல்' என்ற சொல்லைச் சிலர் 'கடைபிடித்தல்' என்று எழுதுகிறார்கள். அது சரியா?

'யானை பிடித்தல்' என்றால் என்ன பொருள்?

ஒரு யானை ஓடுகிறது, அதை ஒருவர் சென்று பிடிக்கிறார். அதுதான் 'யானை பிடித்தல்'. அதாவது, 'யானையைப் பிடித்தல்'.

ஆக, யானை பிடித்தல் => இரண்டாம் வேற்றுமைத்தொகை ('ஐ' என்ற இரண்டாம் வேற்றுமை உருபு தொக்கி நிற்கிறது)

அதுபோல, 'கடைபிடித்தல்' என்கிற சொல், 'கடையைப் பிடித்தல்' என்ற பொருளில்தான் வரும். கடை எங்கேயும் ஓடப்போவதில்லை, அதை நாம் சென்று பிடிக்கவேண்டியதும் இல்லை.

'அற்பனுக்கு வாழ்வு வந்தால், அர்த்தசாமத்தில் குடைபிடிப்பான்' என்று ஒரு பழமொழி உண்டு. அதிலும் இதேபோன்ற பயன்பாடு உள்ளதைக் கவனியுங்கள்:

குடைபிடிப்பான் => குடையைப் பிடிப்பான், தன்னிடம் குடை உள்ளது என்று காட்டுவதற்காக, இரவு நேரத்தில், மழை பெய்யாதபோதும் குடையைப் பிடித்துக்கொண்டு நிற்பான்.

இதுபோல, 'பிடித்தல்' என்ற சொல்லுக்கு முன்னால் பிற சொற்கள் வரும்போது, அதனைப் பிடித்தல் என்ற பொருள்தான் வரும்:

★ நீர்பிடித்தல் => குடத்தில் தண்ணீரைப் பிடித்தல்

★ ஓரம்பிடித்தல் => சேலையின் ஓரத்தைப் பிடித்துத் தைத்தல்

ஆக, 'நல்ல பழக்கங்களைக் கடைபிடிக்கவேண்டும்' என்று ஒருவர் சொன்னால் அது சரியல்ல, 'கடையைப் பிடித்தல்' என்ற பொருள் அங்கே பொருந்தாது.

சரி, 'கடைப்பிடித்தல்' என்றால் என்ன பொருள்?

உறுதி, மறவாமை என்று பொருள். அதாவது, ஒரு விஷயத்தில் உறுதியாக இருத்தல், அதனை என்றைக்கும் மறக்காமல் பின்பற்றுதல்:

நான் உண்மையைக் கடைப்பிடிக்கிறேன் => நான் எப்போதும் உண்மையே பேசுவது என்பதில் உறுதியாக இருக்கிறேன்

அவர் நேர்மையைக் கடைப்பிடிக்கிறார் => அவர் எப்போதும் நேர்மையாகவே நடந்துகொள்வார்

ஆக, இச்சொல்லைக் 'கடைப்பிடித்தல்' என்றே எழுதுகிற பழக்கத்தைக் கடைப்பிடிப்போம்!

33. சட்டையோ சட்டை

‘அவன் நீலநிறக் காற்சட்டை அணிந்திருந்தான்.’

அதென்ன காற்சட்டை? புதிய சொல்லாக இருக்கிறதே. இது சரிதானா என்று கேட்டிருக்கிறார் தோழி அகிலா.

புதிதெல்லாம் இல்லை, பழைய சொல்தான். இலக்கணப்படி சரியாகப் புணர்த்தி எழுதியிருக்கிறோம், அவ்வளவே.

‘சட்டை’ என்பது பொதுவாக ஆண்கள் மேலே அணிகிற ஆடை. தற்போது பெண்களும் சட்டை அணிகிறார்கள்.

இவ்வாடை உடலின் மேல் பகுதியில் அணியப்படுவதால், அதனை ‘மேல் சட்டை’ என்று சொல்வதும் உண்டு. அச்சட்டையில் உள்ள கையின் அளவைப்பொறுத்து ‘அரைக்கைச் சட்டை’, ‘முழுக்கைச் சட்டை’, ‘கையிலாச் சட்டை’ என்றெல்லாம் சொல்கிறோம். ஆங்கில எழுத்து ‘T’ வடிவத்தில் இருக்கும் ஒரு சட்டையை, ‘T-சட்டை’ என்று அழைக்கிறோம்.

அதே சட்டையைக் காலுக்கு அணிந்தால்? அதாவது, கால் பகுதியில் அணிந்தால், அது ‘கால் சட்டை’.

உண்மையில் சட்டையைக் காலுக்கு அணிய இயலாது. Pant எனப்படும் இந்த உடுப்பு சட்டையிலிருந்து பெரிதும் மாறுபட்டது. ஆனாலும், சொல்லளவில் அதனையும் சட்டை என்றே அழைக்கிறோம்.

கால் + சட்டை ஆகிய சொற்கள் எப்படி இணையும்?

முதலில் இருக்கும் சொல்லின் நிறைவில் உள்ள 'ல்' என்ற எழுத்து, 'ற்' என மாறும். அதாவது:

கால் + சட்டை => காற் + சட்டை => காற்சட்டை

இதேபோல் இன்னும் சில உதாரணங்கள்:

பால் + கடல் => பாற்கடல்

பால் + குடம் => பாற்குடம்

நால் (நான்கு) + கடல் => நாற்கடல்

மேல் + கொண்டேன் => மேற்கொண்டேன்

இதே முறைப்படி 'மேல் சட்டை' என்பதையும் 'மேற்சட்டை' என்று எழுதவேண்டும்: அவன் கருப்பு மேற்சட்டை, வெள்ளைக் காற்சட்டை அணிந்திருந்தான்.

'சட்டை' என்ற சொல்லுக்குத் தமிழில் இன்னொரு பொருளும் உண்டு: 'மதிப்பு'. 'சட்டைசெய்தல்' என்றால், 'மதித்தல்' என்று பொருள்.

'நான் பேசிக்கிட்டே இருக்கேன், நீ சட்டைசெய்யாமபோறியே!' என்று கோபப்படுகிறோமல்லவா? அதன் பொருள், 'நீ என்னை மதிக்கவில்லை' என்பதுதான்.

வேடிக்கையாகச் சொன்னால், ஒரு தையல்காரர் தன்னுடைய வாடிக்கையாளரைச் சட்டைசெய்கிறார் (மதிக்கிறார்), பிறகு, அவருக்காகச் சட்டை செய்கிறார் (தைக்கிறார்)!

34. கிடங்குக்குள் எட்டிப்பார்ப்போம்

'ஆயுதக்கிடங்கை அமைச்சர் பார்வையிட்டார்.'

அதென்ன 'கிடங்கு'?

சிலர் இதனைக் 'கிட்டங்கி', 'கிடங்கி' என்றெல்லாம் எழுதுவார்கள். ஆனால், 'கிடங்கு' என்பதுதான் சரியான சொல்.

'கிடங்கு' என்ற சொல்லைப் பழந்தமிழ் இலக்கியங்களிலேயே பார்க்கலாம். அங்கே அதன் பொருள் 'அகழி'.

கோட்டைகள், அரண்மனைகளைச் சுற்றி அகழி இருக்கும், அகழ்ந்தெடுக்கப்பட்ட குழிதான் அது, அங்கே நீரை நிரப்பி முதலைகளையெல்லாம் விட்டிருப்பார்கள். எதிரிகள் யாராவது படையெடுத்து வந்தால், அந்த அகழியைக் கடந்து உள்ளே வருவது சிரமம். அகழியை ஏன் 'கிடங்கு' என்று அழைத்தார்கள்?

'கிடங்கு' என்றால் பள்ளம்/கீழ்ப்பள்ளம் என்பது பொருள். தரையில் பள்ளம் தோண்டிதானே அகழியை உருவாக்கமுடியும். ஆகவே, அகழிக்கு அந்தப் பெயர் அமைந்தது. இன்றைக்கு நம் ஊரில் அகழிகள் இல்லை. ஆனால் பலப்பல கிடங்குகள் இருக்கின்றன.

கடையில் சென்று ஒரு பேனாவோ பென்சிலோ வாங்குகிறோம். அப்போது கடைக்குள் கொஞ்சம் எட்டிப்பாருங்கள். ஏராளமான பொருள்களை அடுக்கிவைத்திருக்கிறார்கள். அவையெல்லாம் வெவ்வேறு கிடங்குகளிலிருந்து வருபவை.

இன்றைக்குக் 'கிடங்கு' என்பது, பொருள்களைச் சேமித்துவைக்கும் அறை. அங்கிருந்துதான் அவை கடைகளுக்கு அனுப்பப்படுகின்றன. அதாவது, பேனா தயாரிப்பவர் அவற்றைப் பல ஊர்களில் உள்ள 'பேனாக் கிடங்கு'களுக்கு அனுப்புகிறார். அந்தக் கிடங்குகளிலிருந்து அவை கடைகளுக்கு வருகின்றன.

இதேபோல், விவசாயி நெல்லை அறுவடை செய்கிறார். அதை 'நெல் கிடங்கு'க்கு அனுப்புகிறார். அங்கிருந்து அவை மளிகைக்கடைகளுக்குச் செல்கின்றன. இந்தச் சேமிப்பகங்களைக் 'கிடங்கு' என்று அழைப்பது ஏன்?

பொதுவாக இதுபோன்ற சேமிப்பகங்கள் தரைக்குக்கீழே அமைக்கப்படும். அதாவது, பள்ளமான இடங்களில் அமைக்கப்படும். ஆகவே, 'கிடங்கு' என்ற பெயர் பயன்படுத்தப்படுகிறது.

எல்லாக் கிடங்குகளும் தரைக்குக்கீழே இருக்கும் என்று கட்டாயமில்லை. ஆனால் பெயர்மட்டும் 'கிடங்கு' என அமைந்துவிட்டது. 'கிடங்கு'க்கு இன்னொரு பெயர், 'நிலவறை'. அதாவது: நில + அறை, நிலத்தின்கீழே பள்ளம்தோண்டி அமைக்கப்படும் அறை. நமக்குள்ளும் 'கிடங்கு' உண்டு: மனித மூளைதான் அது. நாம் பல்வேறு நூல்களில் படிக்கிற கருத்துகளையெல்லாம் அங்கேதான் சேமித்துவைத்துக்கொள்கிறோம், பிறகு, தேவை ஏற்படும்போது அவற்றை எடுத்துப் பயன்படுத்துகிறோம்.

நினைவிருக்கட்டும், கிடங்கில் (மூளையில்) பொருள்களை (விவரங்களை, சிந்தனைகளை)ச் சேமித்தால்மட்டும் போதாது, அவை கெட்டுப்போகாமல் / வீணாகாமல் பத்திரமாகப் பராமரிப்பதும் அவசியம்!

★★★

35. எறும்புப் பெயர்கள்

'**கட்டெறும்பு கடித்துவிட்டது.**'

அந்த வலி குறைந்ததும், ஒரு சந்தேகம் வருகிறது: 'கட்டெறும்பு' என்றால் என்ன?

இலக்கணப்படி 'கட்டெறும்பு' என்பதைக் 'கட்டு + எறும்பு' என்று பிரிக்கலாம், அந்த எறும்பு எதைக் கட்டுகிறது? ஏன் அப்படிப் பெயர்வைத்திருக்கிறார்கள்?

உண்மையில் அது 'கட்டெறும்பு' அல்ல, 'கட்டையெறும்பு'. கட்டை + எறும்பு => கட்டையெறும்பு. இதுதான் எப்படியோ மாறிக் 'கட்டெறும்பு' என ஆகிவிட்டது.

கட்டை எறும்பு என்றால் என்ன?

ஒருவர் குண்டாக இருந்தால் அவரைக் 'கட்டையா இருக்கான்' என்று சொல்கிறோமல்லவா? நம் விரல்களிலேயே மிகவும் குண்டான விரலுக்குக் 'கட்டைவிரல்' என்று பெயர்வைத்திருக்கிறோமே.

ஆக, 'கட்டை' என்றால் குண்டு என்று பொருள். அதன்படி, குண்டாக இருக்கும் எறும்பைக் 'கட்டையெறும்பு' என்று அழைக்கிறோம், அது செல்லமாகக் 'கட்டெறும்பு' ஆகிவிட்டது.

இதற்குமாறாக, சின்னதாக இருக்கும் எறும்பைச் 'சிற்றெறும்பு' என்று அழைக்கிறோம். அதாவது, சிறு + எறும்பு.

பேச்சுவழக்கில் 'சிற்றெறும்பு' என்பது, 'சித்தெறும்பு' என மாறிவிட்டது. 'கற்றுக்கொள்' என்பதைக் 'கத்துக்கோ' என்கிறோமல்லவா? அதுபோல!

'சுறுக்கெறும்பு'/'சுள்ளெறும்பு' என்ற பெயர்களும் உண்டு. அவை 'சுறுக்'கென்று/'சுள்'ளென்று கடிப்பதால் அந்தப்பெயர். இதேபோல் 'நெருப்பெறும்பு' என்ற பெயரும் பயன்படுத்தப்படுகிறது, அந்தவகை எறும்பு கடித்தால் நெருப்பு சுடுவதுபோல் இருக்குமாம்.

'சுள்ளெறும்பு'க்கு இன்னோர் அழகிய பெயரும் உண்டு: 'சுள்ளான்'. கொசுவையும் 'சுள்ளான்' என்பார்கள், இவையெல்லாம் நம்மைச் 'சுள்'ளென்று கடிக்கின்றன, அதனால் அப்படிப் பெயர்!

இன்னொருவகை எறும்பை, 'நெசவெறும்பு' என்கிறோம். இந்தப் பெயர் எப்படி வந்திருக்கும்?

நூலைக்கொண்டு ஆடைகளை நெய்கிறவர்களை 'நெசவாளர்கள்' என்கிறோம், அவர்கள் செய்யும் தொழிலுக்கு 'நெசவு'த்தொழில் என்று பெயர். அதுபோல, இந்த எறும்புகளும் நெசவுத்தொழில் செய்கின்றன. ஆனால், அவை ஆடை நெய்வதில்லை, வீட்டை நெய்கின்றன. ஆமாம், மரத்தில் இருக்கும் இரண்டு இலைகளைச் சேர்த்து இந்த எறும்புகள் நெசவுசெய்கின்றன, தங்கள் வாயிலிருந்து வரும் ஓர் இழையைக்கொண்டு தாங்களே வீடுகட்டிக்கொள்கின்றன. உங்கள் வீட்டருகே உள்ள மரங்களில் இலைகளைக் கூர்ந்து கவனித்தால், இப்படி நெய்யப்பட்ட 'வீடு'களைப் பார்க்கலாம்.

ஆகவே, இந்த எறும்புகளை நெசவு + எறும்பு => நெசவெறும்பு அல்லது நெசவாளர் எறும்பு என்று அழைக்கிறோம். இத்தனூண்டு எறும்பு. அதற்குள் எத்தனை மொழிநுட்பங்கள்!

★★★

36. நாற்றமும் கிழவனும்

'அந்த அறைக்குள் ஒரே நாற்றம்!'

இப்படி யாராவது சொன்னால் என்ன செய்வீர்கள்?

மூக்கைப் பொத்திக்கொண்டு வேறுபக்கமாக ஓடிவிடுவீர்கள் தானே?

பயப்படாதீர்கள், அந்த அறைக்குள் கொஞ்சம் நுழைந்து பார்ப்போம். பரவாயில்லை, மூக்கைப் பொத்தியபடியே வாருங்கள்.

இப்போது, மூக்கிலிருந்து கையை எடுங்கள். கவலைவேண்டாம். தைரியமாகக் கையை எடுத்துவிட்டு நன்றாக முகர்ந்துபாருங்கள்.

ஆஹா, அருமையான மணம் வீசுகிறதே! இதைப்போய் நாற்றம் என்று யார் சொன்னது?

தமிழில் 'நாற்றம்' என்ற சொல்லின் பொருள், 'மணம்' என்பதுதான். அதனை நாம்தான் 'மோசமான மணம்' என்று தவறாகப் புரிந்துகொண்டிருக்கிறோம். அதாவது, சாக்கடையைப் பார்த்தும் 'நாற்றம்' என்று சொல்லலாம், பூக்கடையைப் பார்த்தும் 'நாற்றம்' என்று சொல்லலாம். இரண்டுமே 'மணம்'தானே!

அப்படியானால், நல்ல மணம், மோசமான மணம் என எப்படி வேறுபடுத்திக்காட்டுவது?

மோசமான மணத்தை, 'துர்நாற்றம்' என்று எழுதுவார்கள். 'துர்' என்றால் கெட்டது, மோசமானது என்று பொருள். 'துர்குணம்' என்றால், 'மோசமான குணம்', அதுபோல, 'துர்நாற்றம்' என்றால் மூக்கைச் சிரமப்படுத்தும் நாற்றம்.

துர்குணத்துக்கு எதிர்ப்பதம், நல்ல குணம், அதுபோல, 'துர்நாற்ற'த்துக்கு எதிர்ப்பதம், 'நல்ல நாற்றம்.'

ஆக, சொற்பொருளின்படி பார்த்தால், 'நாற்றம்' என்ற சொல்லில் எந்த இழிவும் இல்லை. எல்லாவிதமான மணங்களையும் குறிப்பிட அதனைப் பயன்படுத்தலாம்.

எனினும், பெரும்பாலான பொதுமக்கள் 'நாற்றம்' என்பதைத் 'துர்நாற்றம்' என்றுதான் புரிந்துகொள்வார்கள். ஆகவே, யாரிடமாவது சென்று, 'நீங்கள் செய்த சாம்பாரில் கமகமவென்று நாற்றம் வருகிறது' என்று சொன்னால் அவர்கள் அதைத் தவறாகப் புரிந்துகொண்டு கோபப்படுவார்கள்.

ஆகவே, நல்ல மணங்களைக் குறிப்பிடுவதற்கு 'நாற்றம்' என்ற சொல்லைப் பயன்படுத்தாமலிருப்பது நல்லது. அதற்குப்பதிலாக, 'மணம்', 'வாசனை' போன்ற சொற்களைப் பயன்படுத்தலாம்.

இதேபோல், யாரையாவது பார்த்துக் 'கிழவன்', 'கிழவி' என்று சொன்னால் அவர்களுக்குக் கோபம் வரும், 'யாரைப்பார்த்துக் கிழவன்னு சொன்னே?' என்று சண்டைக்கு வருவார்கள்.

உண்மையில், 'கிழவன்' என்பதன் பொருள், 'உரிமையானவன்', அதாவது, தலைவன்.

உதாரணமாக, 'பெருநிலக்கிழவன்' என்றால், நிறைய நிலங்களுக்கு உரிமையானவன் என்று பொருள். 'கிழவி' என்பதும் இதேபோல் பெருமையான பொருள் கொண்ட சொல்தான்.

ஆனால் இன்றைக்கு, 'கிழவன்', 'கிழவி' என்றாலே ஓர் அவமானமான/திட்டும் சொல்லாக எண்ணிவிடுகிறோம். அதன் உண்மையான பொருள் அதிகப்பேருக்குத் தெரியாது.

என். சொக்கன்

தமிழில் இப்படி நல்ல பொருளுள்ள பல சொற்கள் கேலியான/ தவறான பொருளில் தொடர்ந்து பயன்படுத்தப்பட்டுவருகின்றன. நமக்கு அவற்றின் சரியான பொருள் தெரிந்தாலும், அது பெரும்பான்மையானோருக்குப் புரியாது என்பதால், பார்த்து கவனமாகப் பயன்படுத்தவேண்டும்!

★★★

37. அவன், அவள், அவர்

'ஒரு பெண் கவிஞர் வந்திருக்கிறார்.'

யாரையேனும் நாம் 'ஆண் கவிஞர்' என்று சொல்கிறோமா? கவிதை எழுதியது ஒரு பெண்ணாக இருக்கும்போதுமட்டும் அவரைப் 'பெண் கவிஞர்' என்பது ஏன்?

கவிதைத்துறையில்மட்டுமில்லை, 'பெண் பிரதமர்', 'பெண் தலைவர்', 'பெண் மருத்துவர்', 'பெண் தொழிலதிபர்' என்று விதவிதமான சொற்களை உருவாக்கிக்கொண்டே செல்கிறோம்.

உண்மையில் இச்சொற்களுக்கு அவசியமே இல்லை. தமிழில் 'அர்' விகுதிக்குப் பால் வேறுபாடு கிடையாது.

அதாவது, 'கவிஞர்' என்றாலே 'கவிதை எழுதுபவர்' என்றுதான் பொருள், அது ஆணுக்கும் பொருந்தும், பெண்ணுக்கும் பொருந்தும்: கவிஞர் கண்ணன், கவிஞர் கமலா என்று எழுதினால் போதும், 'பெண் கவிஞர் கமலா' என்றோ, 'கவிதாயினி கமலா' என்றோ எழுதவேண்டியதில்லை.

அதேபோல், 'பிரதமர் இந்திரா காந்தி' என்றே எழுதலாம், 'பெண் பிரதமர்' எனக் குறிப்பிடவேண்டியதில்லை. 'அர்' விகுதியில் முடிகிற அனைத்துச்சொற்களும் இவ்விதமானவைதான்.

மாறாக, 'அன்' விகுதி ஆண்களுக்குமட்டும் உரியது: மாணவன், இளைஞன் போன்ற சொற்கள் ஆண்களையே குறிக்கும். 'அவன்' என்ற சொல்லிலேயே 'அன்' இருப்பதைக் கவனியுங்கள்.

அதேபோல், 'அள்'/'இ' போன்ற விகுதிகள் பெண்களுக்குரியவை. 'அவள்' என்ற சொல்லில் 'அள்' விகுதி உள்ளது, மாணவி, இளைஞி போன்ற சொற்களில் 'இ' விகுதியைப் பார்க்கலாம்.

ஆனால், தற்காலத்தில் இப்படி ஆணையும் பெண்ணையும் வித்தியாசப்படுத்தி எழுதும் போக்கைத் தவிர்க்கச்சொல்கிறார்கள், 'முதல் பரிசு பெற்ற மாணவன்' என்றோ 'முதல் பரிசு பெற்ற மாணவி' என்றோ எழுதுவதைவிட, 'முதல் பரிசு பெற்ற மாணவர்' என்று பொதுவாக எழுதுவதே சிறப்பு என்கிறார்கள்.

காரணம், மாணவர்/மருத்துவர்/கவிஞர் போன்ற சொற்களைப் பயன்படுத்தும்போது, ஆண், பெண் யார் வேண்டுமானாலும் படிக்கலாம், மருத்துவம் செய்யலாம், கவிதை எழுதலாம் என்ற பொதுமைத்தன்மை வெளிப்படுகிறது. ஆங்கிலத்தில்கூட, 'Chairman' போன்ற ஆண்தன்மை கொண்ட சொற்களை 'Chairperson' போன்ற பொதுச்சொற்களாக மாற்றிப்பயன்படுத்துகிறார்கள்.

ஆக, 'அன்'/'அள்'/'இ' விகுதிகளை உணர்ந்து பயன்படுத்துவதில் எந்தப் பிழையும் இல்லை, அதேசமயம் 'அர்' விகுதியை அதிகம் பயன்படுத்துவது சிறப்பு.

38. நள் என்னும் சொல்

'அவர் அதிகாலைமுதல் நள்ளிரவுவரை வேலை செய்தார்.' இரவு தெரியும், அதென்ன 'நள்ளிரவு'?

'நள்' என்ற சொல்லுக்குத் தமிழில் பல பொருள்கள் இருக்கின்றன. அவற்றில் ஒன்று, 'நடு', அதாவது நடுவிலே இருக்கும் விஷயம்.

நாம் 'நள்ளிரவு' என்று குறிப்பிடுவது இரவு 12 மணியை. அது ராத்திரியின் நடுவிலே இருக்கிறது, அல்லது, ஒரு நாளுக்கும் இன்னொரு நாளுக்கும் நடுவிலே இருக்கிறது. ஆகவே, நள் + இரவு => நள்ளிரவு. இதையே 'நடுராத்திரி' என்றும் சொல்வதுண்டு. ஆங்கிலத்தில் இதை 'Midnight' என்கிறார்கள்.

நள்ளிரவு நேரத்தில் இருட்டு மிக அதிகமாக இருக்கும். அந்த இருட்டை 'நள்ளிருள்' என்பார்கள். அதுவும் இதேமாதிரி அமைந்த சொல்தான்: நள் + இருள் => நள்ளிருள்.

நடுராத்திரிபோல, நடுப்பகலும் இருக்கிறதே, அதாவது, மதியம் 12 மணி, அதை எப்படி அழைப்பது?

இரவு 12 மணியை நள் + இரவு என்பதுபோல, பகல் 12 மணியை, அதாவது, காலைக்கும் மதியத்துக்கும் இடையே இருக்கும்

நேரத்தை, ஒரு நாளை இரண்டாகப் பிரிக்கும் நேரத்தை நள் + பகல் என்று அழைக்கலாம், இது 'நண்பகல்' என்று அமைகிறது. இதனை 'நடுப்பகல்' என்று அழைக்கிறவர்களும் உண்டு.

'நள்' என்பதற்கு ஒருவிதமான ஓசை என்ற பொருளும் இருக்கிறது. இரவுநேரத்தில் எழுகிற ஓசையை அப்படி அழைப்பார்களாம். ஆகவே, 'நள் இரவு' என்றால், 'நள்' என்ற ஓசை எழும் இரவு.

இதேபோல், 'நள்' என்பதற்குச் செறிவு என்ற பொருளும் உள்ளது. அந்த நேரத்தில் இருட்டு நன்றாகச் செறிந்து/அடர்ந்து இருப்பதால், அது 'நள்ளிரவு' ஆனது என்பார்கள்.

ஆனால், சிலர் இதனை 'நல்லிரவு' என்று எழுதுகிறார்களே. அது சரியா?

'நல்லிரவு' என்ற சொல் நல் + இரவு என்று வரும். ஆங்கிலத்தில் 'Good Night' என்கிறோமல்லவா? அதைத்தான் இப்படி 'நல்லிரவு' என்று மொழிபெயர்க்கிறார்கள். 'உங்களுடைய இரவு இனிமையானதாக இருக்கட்டும்!' என்று பொருள்.

39. மார் & மீர்

'உனக்கு எத்தனை அண்ணன்மார்?'

அண்ணன் என்றால் தெரியும், அதென்ன 'அண்ணன்மார்'?

மேடையில் பேசுவோர், 'பெரியோர்களே தாய்மார்களே' என்று பேச்சைத் தொடங்குவதுண்டு. ஒரு சொல்லின் பின்னே இந்த 'மார்'ஐ ஒட்டும்போது, அது பலரைக் குறிக்கிறது.

அண்ணன்: ஒருவர்மட்டும்

அண்ணன்மார்: பல அண்ணன்கள்

இதேபோல், ஆசிரியர்மார், அமைச்சர்மார், கவிஞர்மார் என்று பலவிதமாகச் சொல்லலாம். இவை அனைத்தும் அந்தவகையில் பலரை, அதாவது, பன்மையைக் குறிக்கும்.

சிலர் 'அண்ணன்மார்கள்' என்று எழுதுவார்கள், அதற்கு அவசியமில்லை, 'அண்ணன்கள்' என்று எழுதலாம், அல்லது, 'அண்ணன்மார்' என்று எழுதினால் போதும்.

பொதுவாக 'மார்' என்றால் மார்பு என்றுதானே பொருள், இது எப்படிப் பன்மையைக் குறிக்கும் சொல்லாக மாறியது?

பழந்தமிழில் 'மகார்'/'மகவர்' என்ற சொற்கள் இருக்கின்றன. அவற்றின் பொருள், 'மக்கள்'.

அந்த 'மகார்'/'மகவர்'தான் பேச்சுவழக்கில் திரிந்து 'மார்' என்று மாறிவிட்டதாகச் சொல்கிறார்கள், அதாவது:

அண்ணன் + மகார் => அண்ணன்களாகிய மக்கள் => அண்ணன்மகார் => அண்ணன்மார்

'மார்'போலவே, 'மீர்' என்றும் ஒரு சொல் இருக்கிறது, அது எதிரே நிற்கும் பலரைக் குறிக்கும். உதாரணமாக:

'தங்கைமீர், நீங்கள் நலமா?' என்றால், 'என் எதிரே நிற்கும் தங்கைகளே, நீங்களெல்லாம் நலமாக இருக்கிறீர்களா?' என்று பொருள். தமிழ் இலக்கணத்தில் இதனை 'முன்னிலை' (ஆங்கிலத்தில் Second Person) என்பார்கள்.

'மீர்' என்பதற்குப் பதில் 'மாரே' என்ற சொல்லையும் பயன்படுத்தலாம்: 'தங்கைமீர்' என்றாலும், 'தங்கைமாரே' என்றாலும் ஒரே பொருள்தான். இரண்டுமே 'விளித்தல்' பொருளில் அமைகின்றன.

ஒருவேளை அந்தத் தங்கைகள் எதிரில் இல்லாவிட்டால்?

அப்போது, 'தங்கைமார் எல்லாரும் நலமா?' என்று கேட்க வேண்டும். காரணம், அந்தத் தங்கைகள் இங்கே இல்லை, வேறு எங்கோ இருக்கிறார்கள், அவர்களைப்பற்றி இன்னொருவரிடம் விசாரிக்கிறோம். தமிழ் இலக்கணத்தில் இதனைப் 'படர்க்கை' (ஆங்கிலத்தில் Third Person) என்று சொல்வார்கள்.

புலவர்மார் சொன்னால் மாணவர்மார் கேட்டுக்கொள்ள வேண்டியதுதான்!

40. உடன்பாடு, எதிர்மறை

'உள்ளே வா!'

'உள்ளே வராதே!'

இந்த இரு வாக்கியங்களுக்கும் என்ன வித்தியாசம்?

முதல் வாக்கியம், ஒருவரை உள்ளே அழைக்கிறது, இன்னொரு வாக்கியம், அவரை வரவேண்டாம் என்று மறுக்கிறது. இந்த வாக்கியங்களை இலக்கணப்படி இப்படி அழைப்பார்கள்:

★ உடன்பாட்டு வாக்கியம்

★ எதிர்மறை வாக்கியம்

'உடன்பாடு' என்றால் ஒரு விஷயத்துக்கு ஒப்புக்கொள்ளுதல் என்று பொருள், 'உள்ளே வா' என்று சொல்லும்போது, அவர் வரலாம் என்று ஒப்புக்கொள்கிறோமல்லவா?

இரு நாடுகளின் தலைவர்கள் சந்திக்கும்போது, அவர்களிடையே 'உடன்படிக்கை கையெழுத்தானது' என்கிறோம், 'உடன்பாடு ஏற்பட்டது' என்கிறோம், இதன் பொருள், அவர்கள் இருவரும் ஒரே விஷயத்தைச் செய்ய ஒப்புக்கொண்டார்கள் என்பதுதான்.

'எதிர்மறை' என்றால், எதிராக மறுப்பது என்று பொருள், ஒருவர் உள்ளே வர நினைக்கும்போது, 'வராதே' என்று சொன்னால், அது எதிர்மறை. இந்த இரண்டு வினைச்சொற்களையும்

முக்காலத்துக்கும் பொருத்தலாம். உதாரணமாக:

★ அவன் வருவான்: எதிர்கால உடன்பாட்டு வாக்கியம்

★ அவன் வரமாட்டான்: எதிர்கால எதிர்மறை வாக்கியம்

★ அவன் வருகிறான்: நிகழ்கால உடன்பாட்டு வாக்கியம்

★ அவன் வரவில்லை: இறந்தகால எதிர்மறை வாக்கியம்

இப்படி எந்தவொரு சொற்றொடரும் உடன்பாடா, எதிர்மறையா என்று நாம் பார்க்கலாம். உதாரணமாக, இந்த வாக்கியங்களை நீங்களே உடன்பாடு, எதிர்மறை என்று வகைப்படுத்துங்கள்:

1. காந்தி போர்பந்தரில் பிறந்தார்

2. கிரிக்கெட் போட்டியில் எங்கள் பள்ளி கலந்துகொள்ளவில்லை

3. நியாயமாக உழைப்போர் வெல்வார்கள்

4. தவறு செய்தால் தண்டனை கிடைக்கும்

இந்த வாக்கியங்களைக் கவனித்துப்பார்த்தால் உங்களுக்கு ஒரு விஷயம் புரியும்: பிறந்தார், கலந்துகொள்ளவில்லை, வெல்வார்கள், கிடைக்கும் என்ற சொற்கள்தான் அந்தந்த வாக்கியங்கள் உடன்பாடா, எதிர்மறையா என்று சொல்கின்றன. இவை அனைத்தும் வினைச்சொற்கள்.

ஆக, ஒரு வாக்கியம் உடன்பாடா, எதிர்மறையா என்று தெரியவேண்டுமானால், வினைச்சொற்களைக் கவனிக்க வேண்டும். அவற்றை மாற்றினால் உடன்பாட்டு வாக்கியத்தை எதிர்மறையாகவும், எதிர்மறை வாக்கியத்தை உடன்பாடாகவும் மாற்றிவிடலாம்:

உதாரணமாக, குரங்கு குதித்தது (உடன்பாடு) => குரங்கு குதிக்கவில்லை (எதிர்மறை)

இதேபோல், மேலே உள்ள நான்கு வாக்கியங்களையும் மாற்றிப்பாருங்களேன்!

41. புத்தி, கித்தி உண்டா?

'எப்பப்பார் விளையாட்டு, உட்கார்ந்து பாடம்கீடம் படிச்சா என்னவாம்?'

பாடம் படிக்கலாம், அதென்ன கீடம்? அதை எப்படிப் படிப்பது?

கொஞ்சம் யோசித்தால், நமது தினசரிப்பேச்சில் கி, கீ என்ற எழுத்தில் தொடங்கும் பொருளற்ற பல சொற்கள் இருக்கின்றன:

★ வேலை, கீலை பார்த்தியா?

★ இட்லி, கிட்லி சாப்பிட்டியா?

★ எனக்குக் காப்பி, கீப்பி தரமாட்டியா?

★ ஏதாச்சும் புத்தகம், கித்தகம் படிக்கலாமே

இந்த வாக்கியங்களில் கீலை, கிட்லி, கீப்பி, கித்தகம் என்ற சொற்களுக்கு எந்தப் பொருளும் கிடையாது. அவை ஓர் ஒலி அழகுக்காக முந்தைய சொற்களுடன் சேர்க்கப்படுகின்றன: வேலையோடு கீலை, இட்லியோடு கிட்லி... இப்படி.

ஆச்சர்யமான விஷயம், இந்தப் பேச்சுவழக்குக்குக்கூடத் தமிழில் ஓர் இலக்கணம் இயல்பாக உருவாகிவிட்டது:

★ முதல் சொல் நெடிலில் தொடங்கினால், இரண்டாவது சொல் 'கீ' எனத் தொடங்கும். உதா: காளை => கீளை, ஆலை => கீலை, வாரம் => கீரம்

★ முதல் சொல் குறிலில் தொடங்கினால், இரண்டாவது சொல் 'கி' எனத் தொடங்கும். உதா: வரம் => கிரம், பலம் => கிலம், பழம் => கிழம்

இந்த 'கி', 'கீ' சொற்கள் உண்மையில் எதைக் குறிக்கின்றன?

'தோசை சாப்பிட்டியா' என்றால், அது தோசையைமட்டும்தான் குறிக்கிறது, அதையே 'தோசை கீசை சாப்பிட்டியா' என்றால், தோசையோ அதுபோன்ற வேறோர் உணவுப்பொருளோ சாப்பிட்டாயா என்கிற பொருள் வருகிறது. அதாவது, இங்கே 'கீசை' என்ற சொல்லுக்குப் பொருளே இல்லாவிட்டாலும், 'தோசைபோன்ற ஏதோ ஒன்று' என்ற பொருளில் அது வருகிறது. இதை நாம் எங்கும் பொருத்திப்பார்க்கலாம்:

★ *பாடம், கீடம் படிச்சியா?* => பாடத்தைப் படித்தாயா, அல்லது, ஏதாவது கணக்குப்போட்டுப்பார்த்தாயா, கேள்விகளுக்குப் பதில் எழுதிப்பார்த்தாயா... இவை அனைத்தும் 'கீடம்' என்ற வேடிக்கைச்சொல்லால் உணர்த்தப்படுகின்றன

★ *பறவை, கிறவை வந்துச்சா?* => பறவை வந்ததா, அல்லது, மிருகங்கள், பூச்சிகள், புழுக்கள்... இப்படி ஏதாவது வந்தனவா?

★ *பணம், கிணம் கொடுத்தானா?* => பணம் தந்தானா, அது இல்லாவிட்டால், நகையோ, வேறு பொருளோ தந்தானா?

ஆங்கிலத்தில் இவற்றை 'எதிரொலிச்சொற்கள்' என்பார்கள், இவற்றின் பொருள் 'and/or something' என்பார்கள். 'bread and/or something' என்றால், ரொட்டியோ, அதற்கு இணையான வேறு உணவோ என்று பொருள். தமிழில் 'ரொட்டி, கிட்டி' என்று சொல்லிவிடுகிறோம்.

ஆனால், இதற்கு ஏன் கி, கீ என்ற எழுத்துகளைத் தேர்ந்தெடுத் தார்கள்? அது யாருக்கும் தெரியாத ரகசியம்!

42. உப்புள்ள பண்டம் தொப்பையிலே!

கடற்கரையோர நகரங்களுக்குச் செல்லும்போது, வழியில் உப்பளங்களைப் பார்க்கலாம்.

உப்பு விளையும் இடங்களைத்தான் உப்பளம் என்பார்கள். உப்பு + அளம் => உப்பளம்.

உண்மையில் 'அளம்' என்ற சொல்லுக்கே 'உப்பு கிடைக்கிற பகுதி' என்றுதான் பொருள். கேரளாவில் உள்ள 'கோவளம்' என்ற இடத்தின் பெயர்கூட இப்படித்தான் (கோ + அளம்) வந்ததாம். இன்றைக்கு உப்பு எல்லா இடத்திலும் எளிதில் கிடைக்கிறது, விலையும் குறைவு. ஆனால் முன்பெல்லாம் உப்பு ஒரு விலையுயர்ந்த பொருளாக இருந்துவந்தது, பல நேரங்களில் வேலை செய்பவர்களுக்குக் கூலியாக நெல்லும் உப்பும்தான் தருவார்களாம்.

இப்போது நாம் செய்கிற வேலைக்குச் சம்பளம் வாங்குகிறோமல்லவா? அந்தச் சொல்லின் பின்னணியிலும் உப்பு இருக்கிறதாம்!

சம்பா + அளம் => இதில் 'சம்பா' என்பது நெல்லையும், 'அளம்' என்பது உப்பையும் குறிக்கிறது, அன்றைக்கு வேலை

செய்தவர்களுக்கு நெல்லும் உப்பும்தான் சம்பளமாகத் தரப்பட்டன, அதனால் இப்படியொரு சொல் உருவானது என்கிறார் ஆய்வாளர் தொ. பரமசிவன்.

தமிழில்மட்டுமல்ல, ஆங்கிலத்திலும் இதுபோல் ஒரு நம்பிக்கை இருக்கிறது. ரோம ராஜ்ஜியத்தில் போர் வீரர்களுக்கு உப்பைத்தான் சம்பளமாகக் கொடுத்துக்கொண்டிருந்தார்களாம், பின்னர் அது பணமாக மாற்றப்பட்டது, அதை 'Salarium' என்று அழைத்தார்கள், அதன் பொருள் 'Salt Money', அதாவது 'உப்புப் பணம்', இந்த 'Salarium'தான் இப்போது 'Salary' ஆகியுள்ளது என்கிறார்கள்.

உப்பு எந்த அளவுக்கு நம் வாழ்க்கையில், மொழியில் கலந்துள்ளது என்பதற்குச் சாட்சி, உப்பை முன்வைத்துத் தமிழில் பல பழமொழிகள் இருக்கின்றன, உதாரணமாக, உப்பு இல்லாப் பண்டம் குப்பையிலே, உப்பு இட்டவரை உள்ள அளவும் நினை, உப்பைத் தின்றவன் தண்ணீர் குடிப்பான்...

இந்தியச் சரித்திரத்திலும் உப்புக்கு ஒரு முக்கிய இடமுண்டு, உப்பு வரியை எதிர்த்துக் காந்தியடிகள் நடத்திய 'தண்டி யாத்திரை'/'உப்புச் சத்தியாக்கிரகம்' நமது சுதந்திர உணர்வைத் தூண்டியதில் ஒரு முக்கியப் பங்கு வகித்தது.

இப்படி உப்புக்குப் பல சிறப்புகள் இருந்தாலும், அதை அள்ளியள்ளி உண்ணக்கூடாது, உணவில் உப்பின் அளவு அதிகமாகிவிட்டால், வாயில் வைக்கமுடியாது!

அதேசமயம், நம்மையும் அறியாமல் நம் உணவில் உப்பு அதிகம் சேர்ந்துகொண்டிருக்கிறது. குறிப்பாக, தொழிற்சாலைத் தயாரிப்புகள் பலவற்றிலும் சுவையைக் கூட்டுவதற்காக, நெடுநாள் தக்கவைப்பதற்காக உப்பு சேர்க்கிறார்கள். அவற்றைக் கவனித்து, மருத்துவர்கள் சிபாரிசு செய்யும் தினசரி அளவைத் (சுமார் ஒரு டீஸ்பூன்) தாண்டாமல் பார்த்துக்கொண்டால், சுவையாகவும் உண்ணலாம், நீண்டநாள் ஆரோக்கியமாகவும் வாழலாம்!

43. ஆறுமுக நாவலர்

நீதிமன்றத்தில் ஒரு வழக்கு. சாட்சி சொல்வதற்காக ஒருவர் வந்திருந்தார். ஆனால், அங்கிருந்த நீதிபதிக்கு அவருடைய தோற்றத்தைப் பார்த்ததும் பெரிய மரியாதை வரவில்லை. அவரை அலட்சியமாகப் பார்த்தார், 'சொல்லுங்கள்' என்றார்.

உடனே, அவர் பேசத்தொடங்கினார். நல்ல ஆங்கிலத்தில் தன்னுடைய சாட்சியத்தை விவரித்தார்.

இதைக் கேட்ட நீதிபதிக்கு எரிச்சல் வந்தது, அவரை அவமானப்படுத்துவதுபோல, 'நீங்களெல்லாம் ஆங்கிலம் பேசவேண்டாம், தமிழிலேயே பேசுங்கள்' என்றார்.

'சரி' என்று சிரித்தார் அவர், 'தமிழிலேயே சொல்கிறேன்' என்று பேசத்தொடங்கினார், 'எல்லி எழ நான் ஆழிப்போதின்வாய் ஆழிவரம்பனைத்தே காலேற்று காலோட்டப்புக்குழி...'

இதைக்கேட்ட நீதிபதி நடுங்கிப்போனார், 'உங்களைத் தமிழில்தானே பேசச்சொன்னேன்?'

'ஆமாம், தமிழில்தான் பேசுகிறேன்!' என்று குறும்போடு கேட்டார் அவர். 'அது உங்களுக்குப் புரியாவிட்டால் நான் என்ன செய்வது?'

இப்போது, நீதிபதிக்குப் புத்தி வந்தது, 'உங்களைத் தவறாக எண்ணிவிட்டேன், நீங்கள் நல்ல தமிழில் சொன்னதைத் தயவுசெய்து எங்களுக்குப் புரியும்படி விளக்குங்கள்' என்று கேட்டுக்கொண்டார்.

உடனே, அந்த அறிஞரின் மாணவர் ஒருவர் அவர் கூறியதை இப்படி விளக்கினார், 'ஐயா சொன்னதன் பொருள், சூரியன் தோன்றுவதற்கு நான்கு நாழிகை முன்னர் கடற்கரை ஓரம் காற்றுவாங்கப் புறப்பட்டபோது...'

நீதிமன்றத்தில் தன்னை அலட்சியமாகக் கருதிய நீதிபதிக்குத் தமிழாலேயே பாடம் கற்பித்த அந்த அறிஞர், 'நாவலர்' என்று போற்றப்படும் யாழ்ப்பாணம் ஆறுமுகனார்!

'நாவலர்' என்றால், நாவன்மை கொண்டவர் என்று பொருள். அந்தப் பெயருக்கேற்பத் தமிழ், ஆங்கிலம் என இருமொழிகளிலும் சிறந்து விளங்கியவர் இவர்.

ஆறுமுக நாவலர் பேசினாலும் சரி, எழுதினாலும் சரி, அதில் எளிமையும் தெளிவும் சிறந்து விளங்கும். தமிழ் உரைநடையின் வளர்ச்சிக்கு அவரது பங்களிப்பு மகத்தானது.

1822ம் ஆண்டு டிசம்பர் 18ம் தேதி இலங்கையிலுள்ள யாழ்ப்பாணத்தில் பிறந்த நாவலர் ஆசிரியப்பணியில் சிறந்து விளங்கியவர். நன்கு புகழும், பொருளும் தந்துகொண்டிருந்த அந்தத் தொழிலைத் துறந்து முழுநேரச் சமூகப்பணிக்கு வந்தவர்.

சிறந்த பதிப்பாளராகவும் விளங்கிய ஆறுமுக நாவலர் பல அரிய நூல்களைத் தமிழில் வெளியிட்டிருக்கிறார். திருக்குறள் பரிமேலழகர் உரை, கந்தபுராணம், திருவிளையாடற்புராணம், திருமுருகாற்றுப்படை, திருவாசகம் உள்ளிட்ட பல்வேறு இலக்கிய நூல்கள், தொல்காப்பியம், நன்னூல், இலக்கணக்கொத்து, இலக்கணச் சுருக்கம், இலக்கணவிளக்கச்சூறாவளி, இலக்கண வினாவிடை போன்ற பலப்பல இலக்கண நூல்களை அவர் பதிப்பித்தார். இந்தப் பதிப்புகளின் சிறப்பம்சம், இவற்றில் பிழைகளைப் பார்ப்பது அரிது. அந்த அளவு நேரம் செலவிட்டுப் பிரதிகளைக் கவனித்துத் திருத்தி மிகுந்த அக்கறையோடு

நூல்களைப் பதிப்பித்தார் அவர். பாமரர் தொடங்கி அறிஞர்கள்வரை அவர் பதிப்பித்த நூல்களை வாசித்து நல்லறிவு பெற்றார்கள்.

இலங்கையிலும் தமிழகத்திலும் மொழி, சைவசமய வளர்ச்சிக்குப் பெரும் பணிகளை ஆற்றிய நாவலர், 1879ம் ஆண்டு டிசம்பர் 5ம் நாள் மறைந்தார். அவர் எழுதிய, பதிப்பித்த நூல்கள் இன்றும் அவர் பெருமையைச் சொல்லிக்கொண்டிருக்கின்றன.

44. திருக்குறளின் வயது

திருக்குறளுக்கு என்ன வயது?

சங்க இலக்கிய நூல்களைப் பதினெண்மேற்கணக்கு, பதினெண்கீழ்க்கணக்கு எனப் பிரிப்பார்கள், இதில் திருக்குறள் பதினெண்கீழ்க்கணக்கு நூல்களில் இடம்பெறுகிறது.

இதன்படி, திருவள்ளுவர் கடைச்சங்க காலத்தில் வாழ்ந்தவர் என்கிறார்கள் ஆய்வாளர்கள். இதுகுறித்து ஆராய்ந்த பல தமிழறிஞர்கள், திருவள்ளுவர் கிறித்துவுக்கு 31 ஆண்டுகள் முன்பாகப் பிறந்தவர் என்று கணக்கிட்டுள்ளார்கள். இதன் அடிப்படையில் 'திருவள்ளுவர் ஆண்டு' என்ற வரிசையும் உருவாக்கப்பட்டுள்ளது.

அதாவது, இப்போதைய ஆங்கில ஆண்டு 2016 அல்லவா? அதைத் 'திருவள்ளுவர் ஆண்டு 2047' என்பார்கள், 2016 + 31 = 2047.

ஆக, திருக்குறளின் வயது, கிட்டத்தட்ட இரண்டாயிரம் ஆண்டுகள்!

ஆனால், இன்றைக்கு நாம் அச்சுவடிவில் காணும் திருக்குறளின் வயது 204தான். அதாவது, திருக்குறள் அச்சில்

பதிப்பிக்கப்பட்டு இரண்டு நூற்றாண்டுகள்தான் ஆகின்றன. நாம் அறிந்தவரையில் திருக்குறளின் முதல் அச்சுப்புத்தகம் 1812ம் ஆண்டில் வெளியாகியுள்ளது. அந்தப் புத்தகத்தின் தலைப்பு 'திருக்குறள் மூலபாடம்'. இதனைப் பதிப்பித்தவர் பெயர் ஞானப்பிறகாசனார்.

இன்றைக்கு நாம் ஒரு புத்தகக்கடைக்குள் நுழைந்தால், திருக்குறள் நூல்கள் பலவிதமாகக் கிடைக்கின்றன. ஐந்து ரூபாயில் தொடங்கி ஐந்நூறு ரூபாய்வரை திருக்குறள் நூல்கள் உண்டு.

ஆனால், 204 ஆண்டுகளுக்குமுன்னால் வெளியான அந்த முதல் திருக்குறள் நூலின் தலைப்பில் என்ன குறிப்பிடப்பட்டிருந்தது தெரியுமா?

'இலக்கண இலக்கிய ஆராய்ச்சியுடையவர்கலிகிதப் பிழையற வரலாற்று சுத்த பாடமாக்கப்பட்டது.'

அதாவது, திருக்குறள் அச்சாவதற்குமுன்னால் ஓலைச் சுவடிகளிலும் கையிலும்தான் எழுதப்பட்டது, அப்படி எழுதியவர்கள் அதில் பல பிழைகளைச் செய்துவைத்தார்கள்.

இதனால், இவரிடம் இருக்கும் திருக்குறளும் அவரிடம் இருக்கும் திருக்குறளும் வெவ்வேறுவிதமாக இருக்கும், யாரிடம் இருப்பது சரி, யாரிடம் இருப்பது தவறு என்று யாருக்கும் தெரியவில்லை.

ஆனால், திருக்குறளை அச்சிட்டுவிட்டால், இந்தப் பிழைகளை யெல்லாம் தவிர்த்துவிடலாமல்லவா? அப்போது எல்லாரிடமும் இருக்கும் புத்தகங்கள் ஒரேமாதிரி இருக்குமே!

இப்படிச் சிந்தித்த ஞானபிறகாசனார் இந்தப் பழைய பதிப்புகளையெல்லாம் இலக்கண, இலக்கியரீதியில் ஆராய்ந்து இந்தப் பதிப்பை வெளியிட்டிருக்கிறார். அதன்மூலம் திருக்குறளைச் சரியானவடிவில் பல்வேறு மக்களிடம் கொண்டு சென்றிருக்கிறார்.

இப்படித் தொடங்கிய திருக்குறள் பதிப்புத்துறை பின்னர் பெருவளர்ச்சி பெற்றது. பல அறிஞர்கள் குறளுக்கு விரிவான உரைகளை எழுதிச் சிறப்பாக வெளியிட்டுள்ளார்கள். இன்றைக்கு

இரண்டு வரிக் குறளுக்கு நாம் இருநூறு வரிகூட விளக்கங்களை வாசிக்கலாம், அதனை விதவிதமாகக் கண்டு இன்புறலாம்.

இன்றைக்குத் திருக்குறள் அச்சில்மட்டுமின்றி இணையம், மொபைல்பேசிகள், ஒலிவடிவம் என்று விதவிதமாகக் கிடைக்கிறது, வாசித்துப் பலன் பெறுவது நம் கடமை!

45. மாண்பு நிறைந்த மனை

'*புதுமனை புகுவிழா.*'

புதிய வீட்டுக்குக் குடியேறுகிறவர்கள் நடத்தும் விழா இது. 'மனை' என்றால் வீடு, புதிய வீட்டில் புகுவதற்கான விழா என்று இதற்குப் பொருள். 'மனை' என்றால் காலி நிலம் அல்லவா? அப்படித்தான் இப்போது குறிப்பிடுகிறோம். 'வீட்டு மனை' என்றால், வீடு கட்டுவதற்கான நிலம் என்று பொருளாகிறது.

ஆனால் உண்மையில் 'மனை' என்ற சொல் வீட்டையும் குறிக்கும். இப்போதும் கன்னடர்கள் 'மனெ' என்றுதான் தங்கள் வீட்டை அழைக்கிறார்கள். அதேபோல், தெலுங்கர்கள் வீட்டை 'இல்லு' என்கிறார்கள். இதுவும் நமக்குப் பழகிய சொல்தான்!

'இல்லம்' என்கிறோமல்லவா? அதன் வேர்ச்சொல் 'இல்' என்பது, அது வீட்டைக் குறிக்கிறது. இதுதான் தெலுங்கில் 'இல்லு' என்று குறிப்பிடப்படுகிறது.

'இல்' என்ற வேர்ச்சொல்லிலிருந்து இன்னும் பல அழகிய சொற்கள் உருவாகின்றன. உதாரணமாக, 'இல்லறம்' என்றால், வீட்டிலே நடக்கின்ற குடும்ப வாழ்க்கை, 'இல்லாள்' அல்லது 'இல்லத்தரசி' என்றால், வீட்டை ஆளும் பெண்.

இதனைப் பாமர மொழியில் சுருக்கமாக, 'வீட்டுக்காரி' என்பார்கள். இதன் பொருள், வீட்டை ஆள்பவள்/மனைவி. இதேபோல் 'வீட்டுக்காரர்' என்றால், கணவர்!

'மனை' என்ற சொல்லைவைத்தும் இதேபோன்ற சொற்கள் உண்டு:

★ மனையறம் => இல்லறம்

★ மனையாள் => இல்லத்தரசி

இத்துடன், 'மனைமாட்சி' என்ற அழகிய சொல்லும் இருக்கிறது. இதன் பொருள், இல்லத்தின் சிறப்பு. 'மாட்சி' என்ற சொல்லும் நமக்குப் புதிதல்ல, 'மாண்புமிகு அமைச்சர்' என்று எழுதுகிறோமல்லவா? அதுதான் 'மாட்சி', சிறப்பை/ உயர்வைக் குறிக்கும் சொல் இது.

'மாண்புமிகு அமைச்சர்' என்று சொல்லும்போது, சிறப்புநிறைந்த அமைச்சர் என்று பொருளாகிறது. இதையே 'மாட்சிமை தங்கிய அமைச்சர்' என்றும் எழுதுவார்கள். இதற்கும் அதே பொருள்தான். சரி, அந்த அமைச்சருக்கு எந்தெந்த சிறப்புகள் உள்ளன? அப்படியொரு பட்டியல் தயாரித்தால், அதற்கு 'அமைச்சரின் மாண்புகள்' என்று தலைப்பு வைக்கலாம்.

அமைச்சருக்கு மட்டுமல்ல, நம் எல்லாருக்கும் மாண்புகள் தேவை. அது உங்கள் பெயரிலேயே இருக்கிறதே!

ஆச்சர்யப்படவேண்டாம். உங்களை 'மாணவன்' / 'மாணவி' / 'மாணவர்' என்றுதானே அழைக்கிறார்கள், அந்தச் சொற்கள் எப்படி வந்தன?

மாண் + அவர் => மாணவர் => பெருமை நிறைந்தவர்

'மாணாக்கர்' என்ற சொல்லும் இப்படி உருவானதுதான்:

மாண் + ஆக்கர் => மாணாக்கர் => பெருமைகளை/சிறந்த பண்புகளைத் தனக்குள் உருவாக்கிக்கொள்கிறவர்

46. உண் முதல் உண்ணிவரை

ஊன், ஊண்: இந்த இரு சொற்களுக்கும் என்ன வித்தியாசம்?

ஒரே ஒரு எழுத்துதான் வித்தியாசம், ஆனால், இவற்றின் பொருள் முற்றிலும் மாறுபட்டது.

'ஊன்' என்றால், மாமிசம்/இறைச்சி என்று பொருள். 'ஊண்' என்றால், உணவு என்று பொருள்.

மாமிசமும் ஓர் உணவுதான், அதற்காக ஊனை ஊண் என்று எழுதக்கூடாது!

ஒருவர் பசியோடு இருக்கிறார். அவர்முன்னே ஒரு தட்டில் உணவை வைத்து என்ன சொல்கிறோம்?

'உண்' என்கிறோம், அதாவது, 'சாப்பிடு' என்று கட்டளையிடுகிறோம்.

அந்த 'உண்' என்ற வேர்ச்சொல்லில் இருந்துதான் உணவு வந்தது, ஊண் என்பதும் அதிலிருந்து வந்ததுதான்.

'ஊண் மிக விரும்பு' என்பார் பாரதியார். அதாவது, வேளாவேளைக்கு உணவை விரும்பி உண்ணவேண்டும், பட்டினி கிடந்தாலோ, சரியாகச் சாப்பிடாவிட்டாலோ,

குப்பை உணவுகளை உண்டாலோ நம்மால் சுறுசுறுப்பாக இயங்க இயலாது.

கவனியுங்கள், பாரதியார் 'மிக ஊண் விரும்பு' என்று சொல்லவில்லை. அதாவது, உணவை அளவுக்கதிகமாகவும் உண்டுவிடக்கூடாது. அளவறிந்து உண்ணவேண்டும்.

'உண்' என்ற வேர்ச்சொல்லிலிருந்து வந்த இன்னோர் அழகிய சொல், 'உண்டி', இதன் பொருளும் உணவுதான்.

'உண்டி கொடுத்தோர் உயிர் கொடுத்தோர்' என்று பழமொழி உண்டு. அதாவது, பசியோடு உள்ள நேரத்தில் நமக்கு உணவு தந்தவர்களை மறக்கக்கூடாது, அவர்கள் நமக்கு உயிரையே தந்தவர்களாகப் போற்றவேண்டும்.

இந்த 'உண்டி'யிலிருந்து 'சிற்றுண்டி' என்ற சொல் வந்தது: சிறு + உண்டி => சிற்றுண்டி, மிகுதியாகச் சாப்பிடாமல், கொஞ்சம்போல் கொறிக்கும் உணவு.

இதற்கு எதிர்ப்பதம், பேருண்டி: பெரு + உண்டி: ஒரே நேரத்தில் ஐம்பது வகை உணவுகளைத் தட்டில் நிரப்பிக்கொண்டு உண்ணும் விருந்து!

ஒரு குறிப்பிட்ட உணவை உண்ணுகிறவர்களை 'உண்ணி' என்பார்கள். இதன் அடிப்படையில் மிருகங்களை மூன்று வகையாகப் பிரிப்பார்கள்:

★ தாவர உண்ணி => தாவரங்களை உண்டு உயிர் வாழ்பவை

★ விலங்குண்ணி => விலங்கு உண்ணி: பிற விலங்குகளை உண்பவை

★ அனைத்துண்ணி => அனைத்து உண்ணி: தாவரங்கள், விலங்குகள் ஆகிய இரண்டையும் உண்பவை

47. முரசுக்கட்டிலில் தூங்கிய புலவர்: மோசிகீரனார்

இரும்புக்கட்டில், கயிற்றுக்கட்டில் தெரியும், முரசுக்கட்டில் தெரியுமா?

அந்தக் காலத்தில் அப்படியொரு கட்டில் இருந்திருக்கிறது. அரசர்களின் பெருமைக்குரிய முரசை அங்கேதான் வைப்பார்களாம்.

சிறப்பு விழாக்களின்போது, அந்த முரசை வேறோர் இடத்துக்கு எடுத்துச்சென்று அலங்கரிப்பார்கள், பிறகு திரும்பவும் அதே கட்டிலில் கொண்டுவந்து வைப்பார்கள்.

அன்றைக்குத் தகடூர் (இன்றைய தருமபுரி) என்ற பகுதியை ஆண்டுவந்த அரசன், சேரமான் பெருஞ்சேரல் இரும்பொறை. இவனைப் பார்த்துப் பாடிப் பரிசு பெறுவதற்காக மோசிகீரனார் என்ற புலவர் வந்திருந்தார்.

'மோசி' என்பது இவருடைய ஊரின் பெயர். 'கீரன்' என்பது இவர் சார்ந்திருந்த குலத்தின் பெயர். அத்துடன் 'ஆர்' என்ற மரியாதை விகுதியைச் சேர்த்து, 'மோசிகீரனார்' என்று அழைக்கப்பட்டார்.

சங்க இலக்கிய நூல்களில் மோசிகீரனார் எழுதிய பல பாடல்கள் இடம்பெற்றுள்ளன. புறநானூறு, அகநானூறு, நற்றிணை, குறுந்தொகை ஆகியவற்றில் இவரது பாடல்களை வாசிக்கலாம்.

இந்தப் புலவர் மன்னனைப் பார்க்க வந்திருந்தபோது, அங்கே மன்னன் இல்லை. அவன் ஒரு விழாவுக்குச் சென்றிருந்தான்.

மன்னன் திரும்பி வரும்வரை என்ன செய்யலாம் என்று யோசித்தார் மோசிகீரனார். பயணக்களைப்பில், அங்கே இருந்த கட்டில் ஒன்றில் படுத்துத் தூங்கிவிட்டார்.

அவருக்குத் தெரியாத விஷயம், அது சாதாரணக்கட்டில் அல்ல, முரசுக்கட்டில்!

அன்றைக்கு அந்த முரசு அலங்கரிப்புக்காக வெளியே சென்றிருந்தது, காலியாக இருந்த கட்டிலில் புலவர் ஏறிப் படுத்துவிட்டார். அறியாமல் செய்தாலும், இது ஒரு மிகப்பெரிய குற்றம்.

சிறிதுநேரம் கழித்து, அரசன் அங்கே வந்தான். முரசுக்கட்டிலில் யாரோ படுத்திருப்பதைக் கண்டு கோபப்பட்டான்.

அதேசமயம், அப்படிப் படுத்திருப்பவர் ஒரு புலவர் என்று தெரிந்ததும், அவன் மனம் மாறியது. தனக்குக் கவரி வீசிக்கொண்டிருந்த பெண்களிடமிருந்து அந்தக் கவரியை வாங்கி, புலவர் நன்றாகத் தூங்கட்டும் என்று அவனே விசிறிவிட்டான்.

'கற்றாருக்குச் சென்ற இடமெல்லாம் சிறப்பு' என்பதற்கு உதாரணம், மோசிகீரனாரின் வாழ்க்கையில் நடந்த இந்த நிகழ்வு. சேரமான் பெருஞ்சேரல் இரும்பொறை ஒரு புலவருக்குக் கவரி வீசியதிலிருந்து, அன்றைய மன்னர்கள் தமிழுக்கு எப்படிப் பெரும் மரியாதை தந்தார்கள் என்பதை அறியலாம்!

48. அந்தாதி அழகு

பள்ளி, கல்லூரி மாணவர்கள் ஒன்றாக வெளியூர் செல்லும்போது, ஒரு ஜாலியான விளையாட்டை விளையாடுவார்கள், பெரியவர்களுக்கும் பிடித்த விளையாட்டுதான் இது. ஐந்தாறு நண்பர்கள் அல்லது குடும்ப உறுப்பினர்கள் இருக்கும் இடத்தில் இந்த விளையாட்டைத் தொடங்கிவிட்டால், நேரம் ஓடுவதே தெரியாது.

மிகவும் எளிய விளையாட்டுதான்: ஒருவர் ஏதேனும் ஒரு பாடலைப் பாடுவார், திடீரென்று அதனை நிறுத்திவிடுவார், அவர் தொடங்கிய எழுத்தில் தொடங்கி அடுத்தவர் பாடவேண்டும். அவர் நிறுத்தும் இடத்திலிருந்து இன்னொருவர் பாடவேண்டும்... இப்படியே விளையாட்டு நீளும்.

'அந்தாக்ஷரி' எனப்படும் இந்த விளையாட்டு ஏதோ புதிய விஷயம் என்று நினைக்கிறோம், உண்மையில் பல நூற்றாண்டுகளுக்குமுன்பே பல தமிழ்ப்புலவர்கள் 'விளையாடிய' ஆட்டம்தான் இது. அவர்கள் இதனை 'அந்தாதி' என்று அழைத்தார்கள்.

'அந்தம்' என்றால் முடிவு, 'ஆதி' என்றால் தொடக்கம், முடிவிலிருந்து தொடங்கவேண்டும், அதாவது, முதல் பாடலின் முடிவில் இருக்கும் சொல்லை வைத்து இரண்டாவது பாடலைத்

தொடங்கவேண்டும். இந்த அமைப்பை 'அந்தாதித் தொடை' என்பார்கள், அதாவது, முடிவை முதலாவதாகக் கொண்டு தொடுப்பது. உதாரணமாக, முதல் பாடல் 'இனியது தமிழ்' என்று முடிகிறது என வைத்துக்கொள்வோம், இரண்டாவது பாடலைத் 'தமிழ் நாட்டில்...' என்று தொடங்கலாம்.

இதேபோல், இரண்டாவது பாடலின் முடிவுச்சொல்லை வைத்து மூன்றாவது பாடலைத் தொடங்கவேண்டும்... இப்படியே எழுதிக்கொண்டுசென்று, கடைசிப்பாடலின் கடைசிச் சொல், முதல் பாடலின் முதல் சொல்லோடு வந்து கோக்கவேண்டும்.

உதாரணமாக:

- ★ ராமன் வந்தான்
- ★ வந்தவன் நின்றான்
- ★ நின்றவன் சிரித்தான்
- ★ சிரித்தவன் பெயர் ராமன்

'அந்தாதி'ப் பாடல்கள் நிறைந்த ஒரு நூலை, ஓர் அழகிய மாலைபோல் கற்பனை செய்யலாம், முதல் பாடலையும் இரண்டாவது பாடலையும் ஒரு சொல் இணைக்கும், பின்னர் அந்த இரண்டாவது பாடலை, மூன்றாவது பாடலுடன் ஒரு சொல் இணைக்கும்... நிறைவாக, கடைசிப்பாடல் திரும்ப முதல் பாடலுடன் வந்து சேர்ந்துவிடும்.

வாசிப்பதற்குச் சுவையாக உள்ள 'அந்தாதி'ப் பாடல்களை எழுதுவது பெரிய சவால், ஒரே சொல் திரும்பத்திரும்ப வருகிறது என்ற சலிப்பு ஏற்படாதபடி சுவையாக எழுதவேண்டும், சிறந்த மொழியறிவு, கவித்திறனோடு பெரும்புலவர்கள் இதனைச் சாதித்தார்கள்.

தமிழில் பலப்பல 'அந்தாதி' நூல்கள் உண்டு. உதாரணமாக, நம்மாழ்வாரின் திருவாய்மொழி, அபிராமி பட்டரின் அபிராமி அந்தாதி, கம்பரின் சடகோபர் அந்தாதி, பாரதியாரின் விநாயகர் நான்மணி மாலை போன்றவற்றைக் குறிப்பிடலாம்.

49. மூன்று வகைத் தொடர்கள்

'*கல்லணை மிகப்பெரியது.*'

இந்தச் சொற்றொடர் ஓர் உண்மையைக் குறிப்பிடுகிறது, கேட்போருக்கு அதனைத் தெரிவிக்கிறது. ஆகவே, இதனைச் 'செய்தித்தொடர்' என்பார்கள்.

இதே வாசகத்தை இப்படி மாற்றி எழுதலாம்: '*கல்லணை மிகப்பெரியதா?*'

இப்போது இது செய்தித்தொடர் அல்ல, காரணம், இதன்மூலம் கல்லணை பெரியதா, சிறியதா எனும் உண்மை நமக்குத் தெரிவதில்லை. மாறாக, இது ஒரு கேள்வியை/வினாவை எழுப்புகிறது. ஆகவே, இதனை 'வினாத்தொடர்' என்பார்கள்.

மூன்றாவதாக, ஒருவரைக் கல்லணைக்கே அழைத்துச்செல்கிறோம். அவர் அந்த அணையின் அளவைக் கண்டு வியந்துபோகிறார், '*கல்லணைதான் எவ்வளவு பெரியது!*' என்கிறார்.

இந்த வாக்கியமும் ஒரு செய்தியைத்தான் குறிப்பிடுகிறது, ஆனால், அதைச் செய்தியாகச் சொல்லாமல், 'வியப்பு' என்கிற உணர்ச்சியோடு கலந்து சொல்கிறது. ஆகவே இது 'உணர்ச்சித் தொடர்' எனப்படும். ஒரே விஷயத்தை இப்படி மூன்று

விதமாகவும் சொல்ல இயலுகிறது. அவற்றை வித்தியாசப்படுத்திக் காட்டுவது என்ன?

செய்தித்தொடர் என்பது முற்றுப்புள்ளியுடன் (.) நிறைவடையும்: ஆற்றில் வெள்ளம் அதிகம்.

ஆனால், வினாத்தொடர் என்பது கேள்விக்குறியுடன் (?) நிறைவடையும்: ஆற்றில் வெள்ளம் அதிகமா?

உணர்ச்சித்தொடர் என்பது வியப்புக்குறி எனப்படும் ஆச்சர்யக்குறியுடன் (!) நிறைவடையும்: ஆற்றில்தான் எவ்வளவு வெள்ளம்!

'வியப்புக்குறி' என்று நாம் பொதுவாகக் குறிப்பிட்டாலும், பலவிதமான உணர்ச்சிகளைக் குறிப்பிடவும் இதனைப் பயன்படுத்தலாம், ஆகவே, இதனை 'உணர்ச்சிக்குறி' என்றே பொதுவாக அழைப்பார்கள்.

எடுத்துக்காட்டாக: 'அந்த நாய் என்னைக் கடிக்க வருகிறது!' என்று ஒரு பையன் பயத்தோடு சொன்னால், '!' என்ற குறி அங்கே அச்சத்தைக் குறிக்கிறது. 'அடடா! இந்தச் சிறுவன் பசியில் துடிக்கிறானே!' என்று ஒருவர் கருணையோடு சொன்னால், '!' என்ற குறி அங்கே இரக்கத்தைக் குறிக்கிறது. இதுபோல, வாக்கியத்தின் தன்மையைப்பொறுத்து '!' என்ற உணர்ச்சிக்குறி வெவ்வேறு உணர்ச்சிகளை வெளிப்படுத்தும்.

செய்தித்தொடர், வினாத்தொடர், உணர்ச்சித்தொடர் ஆகியவற்றை எப்போது, எப்படிப் பயன்படுத்தவேண்டும்?

★ ஒரு விஷயத்தை உறுதியாக, சந்தேகத்துக்கு இடமின்றித் தெரிவிக்கவேண்டுமென்றால், அதற்குச் செய்தித்தொடரைப் பயன்படுத்தலாம்: 'நாளை பள்ளி விடுமுறை.'

★ அந்த விஷயத்தைப்பற்றி மேலும் விவரங்களைக் கேட்டறியவேண்டுமென்றால், அதற்கு வினாத்தொடரைப் பயன்படுத்தலாம்: 'நாளை பள்ளி திறந்திருக்குமா?'

★ நாம் கேள்விப்படும் ஒரு விஷயத்தைப்பற்றிய நமது உணர்வுகளை வெளிப்படுத்தவேண்டுமென்றால், அதற்கு

உணர்ச்சித்தொடரைப் பயன்படுத்தலாம்: 'அருமை! நாளை பள்ளி விடுமுறையாம்!'

இந்த மூன்றுவகைச் சொற்றொடர்களும் நம் எழுத்தைச் சிறப்பாக்கும். ஆகவே, இவற்றுக்காகப் பயிற்சியெடுப்பது நல்லது:

★ ஒரு செய்தித்தாளை எடுத்துக்கொள்ளுங்கள். அதில் செய்தித்தொடர்கள்தான் அதிகமாக இருக்கும்.

★ ஆங்காங்கே உள்ள வினாத்தொடர்களை, உணர்ச்சித் தொடர்களை அடையாளம் கண்டு வட்டமிடுங்கள்.

★ மீதமுள்ள செய்தித்தொடர்களை வினாத்தொடர்களாகவோ, உணர்ச்சித்தொடர்களாகவோ மாற்றிப்பாருங்கள். அதன்மூலம் செய்தி எப்படி மாறுகிறது என்று சிந்தியுங்கள்.

50. பெயர்ச்சொல்லான வினைச்சொல்

அந்த வழியாக ஒருவர் வந்தார். வந்தவரை நாங்கள் பார்த்தோம்.

இந்த வாக்கியங்களில், 'வந்தார்', 'பார்த்தோம்' என்பவை வினைச்சொற்கள். வருதல், பார்த்தல் என்கிற வினையைக் குறிப்பிடுகின்றன.

இவற்றினிடையே, 'வந்தவர்' என்று ஒரு சொல்லும் இருக்கிறது. அதிலும் வருதல் என்ற வினைச்சொல் உள்ளது, ஆனால், அது வினையைக் குறிப்பிடவில்லை, அந்த வினையைச் செய்தவரைக் குறிப்பிடுகிறது. ஆகவே, இது வினைச்சொல் அல்ல, பெயர்ச்சொல்.

இந்தவகைப் பெயர்ச்சொல்லை 'வினையாலணையும் பெயர்' என்பார்கள். அதாவது, வினையால் அணையும் பெயர். வினையைச் சார்ந்து அமையும் பெயர்.

'வந்தவர்' என்றால், வருதல் என்ற வினையைச் செய்த ஒருவர், ஆகவே, அது வினையாலணையும் பெயர் ஆகிறது.

வினையாலணையும் பெயரும் தொழிற்பெயரும் ஒன்றுதானோ

என்கிற மயக்கம் சிலருக்கு ஏற்படுவதுண்டு. ஆனால், அவை ஒன்றல்ல.

கொஞ்சம் விளக்கமாகப் பார்ப்போம்.

அதற்குமுன்னால், தொழிற்பெயர் என்பது என்ன?

தொழிலின் பெயர்தான் தொழிற்பெயர். உதாரணமாக, பாடுதல், ஆடுதல், ஓடுதல், படித்தல்... இவை அனைத்தும் தொழிற்பெயர்கள்.

கவனித்துப்பாருங்கள், இந்தத் தொழிற்பெயர்கள் தொழிலைமட்டும்தான் குறிப்பிடுகின்றன, அவற்றைச் செய்தவரைக் குறிப்பிடவில்லை.

★ 'பாடுதல்' என்பது தொழிற்பெயர், தொழிலைக் குறிக்கிறது

★ 'பாடியவர்' என்பது வினையாலணையும் பெயர், அந்தத் தொழிலைச் செய்தவரைக் குறிக்கிறது

இதேபோல், வினையாலணையும் பெயரில் காலம், பால், ஒருமை, பன்மை ஆகியவற்றை அறியலாம். உதாரணமாக:

★ வந்தவர் (கடந்தகாலம்), வருகிறவர் (நிகழ்காலம்), வருபவர் (எதிர்காலம்)

★ வந்தவன் (ஆண்பால்), வந்தவள் (பெண்பால்), வந்தவர்கள் (பலர்பால்), வந்தது (ஒன்றன்பால்), வந்தவை (பலவின்பால்)

ஆனால், தொழிற்பெயரில் இந்த வித்தியாசங்களைக் காண இயலாது. 'வருதல்' என்று சொன்னால், அது தொழிலை மட்டும்தான் தெரிவிக்கிறது. வந்தது ஆணா, பெண்ணா, ஒருவரா, பலரா, ஏற்கெனவே வந்துவிட்டாரா, வந்துகொண்டிருக்கிறாரா, இனிமேல்தான் வரப்போகிறாரா... இதுபோன்ற எந்த விவரங்களையும் தொழிற்பெயரின்மூலம் அறிய இயலாது.

வினையாலணையும் பெயரைச் சாதாரணப் பெயர்ச்சொல் போலவே பயன்படுத்தலாம். உதாரணமாக:

'ராமனைப் பார்த்தேன்.'

இந்த வாக்கியத்தில் ராமன் என்பது பெயர்ச்சொல். அத்துடன் 'ஐ' என்ற விகுதி கலந்துவருகிறது.

இதே வாக்கியத்தை இப்படி மாற்றி எழுதுவோம்: 'ராமன் ஓடினான். ஓடியவனைப் பார்த்தேன்.'

இங்கே 'ராமனை' என்பதற்குப் பதில், 'ஓடியவனை' என வினையாலணையும் பெயரையே பெயர்ச்சொல்போல, 'ஐ' என்கிற இரண்டாம் வேற்றுமை உருபுடன் இணைத்துப் பயன்படுத்துகிறோம். இப்படி அனைத்து வேற்றுமை உருபுகளையும் பயன்படுத்தலாம். இன்னும் சில உதாரணங்கள்:

★ ராமன் ஓடினான். ஓடியவனால் திருடனைப் பிடிக்கமுடிந்தது (மூன்றாம் வேற்றுமை உருபு)

★ ராமன் ஓடினான். ஓடியவனுக்குப் பரிசு கிடைத்தது (நான்காம் வேற்றுமை உருபு)

51. அடைமொழிகள்

இன்று காலை என்ன சாப்பிட்டீர்கள்?

இந்தக் கேள்விக்கு இட்லி, தோசை, சப்பாத்தி என்று பதில்கள் வரலாம். அவையெல்லாம் சாதாரணமாகவே இருக்கும்.

மாறாக, 'இட்லி' என்பதைப் 'மென் இட்லி' என்று சொல்லிப்பாருங்கள், 'தோசை' என்பதை 'மொறுமொறு தோசை' என்று சொல்லிப்பாருங்கள், சப்பாத்தி என்பதை, 'சுவையான சப்பாத்தி' என்று சொல்லிப்பாருங்கள், அந்த உரையாடலின் தன்மையே மாறிவிடுகிறது.

'இட்லி சாப்பிட்டேன்' என்பது ஒரு செய்தி. 'மென் இட்லி சாப்பிட்டேன்' என்று சொல்லும்போது, அந்த இட்லியின் தன்மையை ஒரு கூடுதல் சொல்லின்மூலம் கேட்பவருக்குக் கடத்துகிறோம், அவரும் அந்த இட்லியை மனக்கண்ணால் எண்ணிப்பார்க்க வாய்ப்பை உண்டாக்குகிறோம்.

அதேபோல், ஒரு மரத்தைப் பார்த்தோம் என்றால், 'பெரிய மரம்' என்கிறோம், 'பசுமையான மரம்' என்கிறோம், 'உயரமான மரம்' என்கிறோம், 'ஆலமரம்' என்கிறோம், இவையெல்லாம் அந்த மரத்தின் அளவு, நிறம், உயரம், வகை போன்ற பல

பண்புகளைக் குறிப்பிடுகின்றன. இவற்றை 'அடைமொழிகள்' என்பார்கள்.

சில நேரங்களில் ஒரே சொல்லுக்கு ஒன்றுக்கு மேற்பட்ட அடைமொழிகளும் வருவதுண்டு, உதாரணமாக: "பெரிய கருப்புப் பாறை" என்று சொல்லும்போது, அப்பாறை பெரியது, கருப்பானது என்கிற இரு தன்மைகளைக் குறிப்பிடும் இரு அடைமொழிகள் வருகின்றன.

அடைமொழிகள் பெயர்ச்சொல்லோடும் வரலாம், வினைச்சொல்லோடும் வரலாம். அவை முறையே பெயரடை, வினையடை எனப்படும்:

★ பெரிய பந்து: இது பெயர்ச்சொல்லுக்கான அடைமொழி, ஆகவே, பெயரடை

★ வேகமாக ஓடினான்: இது வினைச்சொல்லுக்கான அடைமொழி, ஆகவே, வினையடை

அடைமொழிகளை இன்னொருவிதமாகவும் பிரிப்பார்கள்: இனமுள்ள அடைமொழி, இனமில்லா அடைமொழி.

இனமுள்ள அடைமொழி என்றால், ஒரு சொல்லை இனம் பிரித்துக் காட்டும். அதாவது, அதே வகையான மற்றவற்றிலிருந்து அதனை வேறுபடுத்தி உணர்த்தும்.

உதாரணமாக: 'மரம்' என்றால் பலவகை மரங்கள் உள்ளன, ஆகவே, 'தென்னை மரம்' என்று குறிப்பிடுகிறோம், இதன்மூலம் அதனைப் பிற மரங்களிலிருந்து பிரித்துக்காட்டுகிறோம். ஆகவே, இது இனமுள்ள அடைமொழி.

அதேசமயம், 'சுடு வெய்யில்' என்று சொல்லும்போது, 'சுடுதல்' என்பது வெய்யிலின் தன்மையை உணர்த்தும் அடைமொழி. 'குளிர் வெய்யில்' என்று ஏதும் இல்லை. ஆகவே, இது இனமில்லா அடைமொழி ஆகும்.

இந்தச் சொற்களில் எவையெல்லாம் பெயரடைகள், எவையெல்லாம் வினையடைகள், எவையெல்லாம் இனமுள்ள அடைமொழிகள், எவையெல்லாம் இனமில்லா அடைமொழிகள்

என்று யோசியுங்கள்:
- ★ சதுரப் பெட்டி
- ★ துணிப் பை
- ★ மஞ்சள் பழம்
- ★ வாழைப் பழம்
- ★ புத்திசாலி மாணவன்
- ★ நல்ல பள்ளி

★★★

52. இடுகுறிப்பெயர், காரணப்பெயர்

ஒரு ஊரில் ஒரு கஞ்சர் இருந்தார். மறந்தும் பிறருக்கு எந்த உதவியும் செய்துவிடமாட்டார். ஆனால், அவருடைய பெயர்மட்டும் கர்ணன்.

அவர் பிறந்தபோது, தங்கள் மகன் இப்படிக் கஞ்சனாக வளர்வான் என்று அவருடைய பெற்றோருக்குத் தெரிந்திருக்குமா? ஒருவேளை தெரிந்திருந்தால் இப்படிப் பெயர் சூட்டியிருக்க மாட்டார்கள் அல்லவா?

மனிதர்களுடைய பெயர்கள் பெரும்பாலும் காரணத்தோடு அமைவதில்லை. 'கண்ணாயிரம்' என்று பெயர் சூட்டப் பட்டவருக்கு இரண்டு கண்கள்தான் இருக்கும், 'செந்தாமரை' என்ற பெயர்கொண்ட பெண் மாநிறத்தில் இருக்கலாம். ஆக, இந்தப் பெயர்களெல்லாம் அவர்களை அடையாளம் காண்பதற்காகச் சூட்டப்பட்டவை, அவ்வளவுதான்.

மாறாக, அவர்களுக்குத் தரப்படும் பட்டப்பெயர்களைப்பற்றிச் சிந்தியுங்கள், அவை காரணத்தோடு அமைந்திருக்கும். உதாரணமாக, 'குழந்தைக் கவிஞர்' அழ. வள்ளியப்பா என்கிறோம், இதில் 'குழந்தைக் கவிஞர்' என்ற பெயர், அவர்

குழந்தைகளுக்காகப் பல பாடல்களை எழுதினார் என்பதைச் சுட்டுகிறது. இதேபோல், 'மகாத்மா' காந்தி என்கிறோம். இதில் 'மகாத்மா' என்பது, அவர் ஒரு சிறந்த ஆத்மாவாகத் திகழ்ந்தார் என்பதைச் சுட்டுகிறது. இலக்கணத்தில் 'மோகன்தாஸ் கரம்சந்த் காந்தி' என்பதை இடுகுறிப் பெயர் என்பார்கள். அதாவது, இவரை இப்படிக் குறிப்பிடலாம் என்று இடப்பட்ட பெயர், இடு + குறி + பெயர் => இடுகுறிப்பெயர்.

ஆனால், 'மகாத்மா' என்பது இடுகுறிப்பெயர் அல்ல, அது காரணத்தோடு சூட்டப்பட்டது. ஆகவே, அது காரணப்பெயர். மனிதர்களின் பெயர்களுக்கு மட்டுமல்ல, பொருள்களின் பெயர்களையும் இவ்வாறு பிரித்துக்காணலாம். உதாரணமாக:

★ கல் என்பது இடுகுறிப்பெயர்கள்.

★ செங்கல், கருங்கல் என்பவை காரணப்பெயர்கள். ஏனெனில், அவை சிவப்பாக/கருப்பாக இருக்கின்ற காரணத்தால் அவற்றுக்கு இந்தப் பெயர் அமைந்துள்ளது.

தமிழில் பல பெயர்கள் காரணப்பெயர்களாக அமைந்துள்ளன. நாம் இடுகுறிப்பெயர் என்று நினைப்பவைகூட, பிரித்துப் பார்த்தால், ஆழமாகச் சிந்தித்தால் காரணப்பெயர்களாக மாறும்.

உதாரணமாக:

1. 'கோவில்' என்ற சொல், கோ + இல் எனப் பிரியும், அரசனின் இல்லம், உலகை ஆளும் அரசனாகிய இறைவன் வசிக்குமிடம் என்பதால் அதனைக் 'கோவில்' என்கிறோம். இது காரணப்பெயர்.

2. 'கட்டுமரம்' என்ற சொல் கட்டு + மரம் எனப் பிரியும், மரத்தைச் சேர்த்துக்கட்டி உருவாக்கப்படும் படகு என்பதால் அது 'கட்டுமரம்' ஆனது, இதுவும் காரணப்பெயர்.

இப்படிச் சொற்களைப் பிரித்து, வேர்ச்சொற்களையும் காரணங்களையும் அறிவது ஒரு சுவையான பயிற்சி. நமது மொழிவளமும் அறிவும் மேம்பட அது உதவும்.

★★★

53. கல்வெட்டுகள்

உங்களுக்கு ஒரு போட்டியில் பரிசு கிடைக்கிறது, என்ன செய்வீர்கள்?

அதை நண்பர்களிடம் சொல்வீர்கள், பெற்றோரிடம் சொல்வீர்கள், அதன்பிறகு, உங்கள் நாட்குறிப்பில் எழுதி வைப்பீர்கள், நீங்கள் பரிசு பெறும் புகைப்படத்தையும் பக்கத்திலேயே ஒட்டிவைப்பீர்கள்.

இவையெல்லாம் எதற்காக?

இன்றைக்குப் பரிசுபெறும் மகிழ்ச்சி இன்னும் சில நாள்களில் மறந்துவிடும். அப்போது இதுபோன்ற பதிவுகளைப் பார்க்கும் போது 'அட, நாம் இப்படியொரு பரிசைப் பெற்றோமா!' என்றெண்ணி மகிழலாம்.

தனிநபர்கள் மட்டுமல்ல, பெரிய அரசர்கள், தலைவர்களெல்லாம் கூட இப்படி எண்ணியிருக்கிறார்கள், தங்களைப்பற்றிய விவரங்களைப் பதிவுசெய்திருக்கிறார்கள், அவற்றைப் பயன்படுத்தித்தான் நாம் இப்போது அன்றைய வரலாற்றை அறிகிறோம்.

நம்முடைய நாட்குறிப்பு காகிதத்தால் ஆனது, அதிலே மை கொண்டு எழுதினால், சில ஆண்டுகளுக்குதான் தாங்கும். அதன்பிறகு, மங்கிப்போய்விடும்.

ஆகவே, அன்றைய அரசர்கள் இவற்றைக் கல்லிலே பதிக்கச்செய்தார்கள். தொல்லியலாளர்கள் இவற்றைக் 'கல்வெட்டுகள்' என அழைக்கிறார்கள்.

கல்லிலே வெட்டப்படுபவை என்பதால், இவை 'கல்வெட்டுகள்' என்று பெயர்பெற்றன. பல நூற்றாண்டுகளைத்தாண்டியும் இந்தப் பதிவுகள் இன்றைக்கு நமக்கு அரிய விவரங்களைத் தெரிவிக்கின்றன.

உங்கள் ஊரருகே தொல்பொருள் ஆய்வு நிகழ்ந்த இடமோ அருங்காட்சியகமோ இருந்தால் அங்கே சென்று நீங்கள் இந்தக் கல்வெட்டுகளைப் பார்வையிடலாம், பல கோயில்களிலும்கூட கல்வெட்டுகளைப் பார்க்கலாம்.

ஆனால், கல்வெட்டுகளை எளிதில் வாசித்துவிட இயலாது. காரணம், அவற்றில் இருக்கும் தமிழ் எழுத்துகளும் இப்போது நாம் இந்தக் கட்டுரையை வாசிக்கிற தமிழ் எழுத்துகளும் ஒன்றல்ல. அந்தக் கல்வெட்டு உருவாக்கப்பட்டபோது தமிழில் எழுத்துகள் வேறுவிதமாக அமைந்திருந்தன, ஆகவே, இந்தத் துறை சார்ந்த நிபுணர்கள் அவற்றைப் படித்து, இன்றைய தமிழ் எழுத்துகளில் நமக்குத் தருகிறார்கள்.

தமிழ்மட்டுமல்ல, பல மொழிகளில் கல்வெட்டுகள் இருக்கின்றன, ஒரே கல்வெட்டில் ஒன்றுக்கு மேற்பட்ட மொழிகள் இருப்பதும் உண்டு.

கல்வெட்டுகளில் எதைப் பதிவுசெய்வார்கள்?

இன்றைக்கு நாம் ஒரு வீடு வாங்கினால் பத்திரப்பதிவு செய்கிறோமல்லவா? அதுபோலதான் பல கல்வெட்டுகள் பயன்பட்டிருக்கின்றன. அரசர்களின் போர்கள், வெற்றிகள், அவர்கள் கொடுத்த நன்கொடைகள், அவர்கள் இட்ட ஆணைகள் போன்றவற்றைக் கல்வெட்டுகளில் முதன்மையாகக் காணலாம்.

பெரும்பாலான கல்வெட்டுகள் கவித்துவமான நடையில் எழுதப்பட்டிருக்கும். எனினும், சற்றே முயன்றால் அவற்றைப் புரிந்துகொண்டுவிடலாம்.

கல்வெட்டுகளை வாசிக்கக் கற்றுத்தரும் பயிற்சி வகுப்புகள்கூட இப்போது உண்டு. ஆர்வமுள்ளவர்கள் இவற்றில் சேர்ந்து பயிலலாம்.

யார் கண்டது, நமது சரித்திரத்தின் அறியப்படாத ஒரு துண்டை நீங்கள் கண்டறிந்து புகழ்பெறக்கூடும்!

54. தமிழ்போல் இனிமை

ஒருவர் தன் மகளைப்பார்த்து, 'மலர்முகம்' என்கிறார். அதன் பொருள் என்ன?

அவளுடைய முகம் மலராக இருக்கிறது என்று பொருளில்லை, மலர்போல இருக்கிறது என்பதுதான் பொருள்.

அதாவது, மலர் 'போன்ற' முகம் என்ற சொல், 'மலர்முகம்' என்று வருகிறது. இவற்றினிடையே 'போன்ற' என்ற சொல் மறைந்துள்ளது.

இப்படி ஒரு சொற்றொடரில் வரும் சொற்களிடையே இன்னொரு சொல் மறைந்திருந்தால், அதனைத் 'தொலைநிலை' என்பார்கள். அதாவது, சொல்லொன்று தொக்கிநிற்கும் நிலை, மறைந்துநிற்கும் நிலை.

'மலர்முகம்' என்ற சொற்றொடரில், 'போன்ற' என்ற சொல் தொக்கிநிற்கிறது. இதனை 'உவம உருபு' என்பார்கள். அதாவது, உவமை சொல்லப் பயன்படும் சொல். இதற்கு மேலும் சில உதாரணங்களைப் பாருங்கள்:

★ வில் போன்ற புருவம்: வில்புருவம்

என். சொக்கன்

★ *பால் போன்ற நிலா: பால்நிலா*

★ *மேகம் போன்ற கூந்தல்: மேகக்கூந்தல்*

★ *யானை போன்ற பாறை: யானைப்பாறை*

இந்த உதாரணங்கள் அனைத்திலும், 'போன்ற' எனும் உவம உருபு இரண்டு வெவ்வேறு விஷயங்களை இணைக்கிறது, ஒன்றை இன்னொன்றுக்கு உவமையாகக் காட்டுகிறது. உதாரணமாக:

'வில் போன்ற புருவம்' என்றால், 'புருவம்' என்ற பொருள், 'வில்' என்ற இன்னொரு பொருளைப்போல இருக்கிறது என்கிறோம். அதாவது, புருவத்துக்கு வில் உவமையாகிறது. இந்தச் சொல்லில்:

★ வில் என்பது உவமை.

★ புருவம் என்பது உவமை சொல்லப்படும் பொருள், இதை 'உவமேயம்' என்பார்கள்.

★ போன்ற என்பது உவமையையும் உவமேயத்தையும் இணைக்கும் உவம உருபு.

தமிழில் இப்படி இன்னும் பல உவம உருபுகள் உண்டு. உதாரணமாக: போல, புரைய, ஒப்ப, உறழ, மான, கடுப்ப, இயைய, ஏய்ப்ப, நேர், நிகர், அன்ன, இன்ன.

இந்த உவம உருபுகளில் பலவும் இப்போது பயன்பாட்டில் இல்லை. ஆனால், சில உவம உருபுகள் நமது தினசரிப் பேச்சில் நன்கு இடம்பெறுகின்றன:

★ *அவன் சிங்கம்போல நடக்கறான் (உவம உருபு: போல)*

★ *அவருடைய குரல் குயிலுக்கு நேர் (உவம உருபு: நேர்)*

ஒரு வாக்கியத்தில் உவமை, உவமேயம், உவம உருபு என மூன்றும் இருந்தால், அது உவமைத்தொடர் எனப்படும். உதாரணமாக: 'மழைபோல் பேச்சு.'

அதே வாக்கியத்தில் உவம உருபு மறைந்துவந்தால், அது 'உவமைத்தொகை' எனப்படும். உதாரணமாக: 'மழைப்பேச்சு.'

ஆக:

★ ஒரு சொற்றொடரினிடையே ஒரு சொல் மறைந்து வந்தால், அது 'தொகைநிலை'

★ அப்படி மறைந்துவரும் சொல் ஓர் உவம உருபாக இருந்தால், அது 'உவமைத்தொகை'

★ ஒரு பொருள் இன்னொரு பொருளைப்போல் உள்ளது என்று ஒப்பிட்டுச் சொல்வது, 'உவமைத்தொடர்'

★ அப்படி ஒப்பாகச் சொல்லப்படும் பொருள், 'உவமை'

★ உவமையோடு ஒப்பிடப்படும் பொருள், 'உவமேயம்'

★ இவற்றை இணைக்கும் சொல், 'உவம உருபு'

★★★

55. ஒரே எழுத்து போதும்!

ஒரு விஷயத்தைச் சொல்ல எத்தனை எழுத்துகள் வேண்டும்?

ஏழெட்டு எழுத்துகளில் நீட்டிமுழக்கிச் சொல்லலாம், மூன்று, நான்கு எழுத்துகளிலும் சொல்லலாம், அட, ஒரே எழுத்திலும் சொல்லலாம்.

சந்தேகமாக இருக்கிறதா? இதோ, சில உதாரணங்கள்:

★ ஓ *(வியப்பு)*

★ ஆ *(அதிர்ச்சி)*

★ ஆ *(பசு)*

★ பூ *(மலர்)*

★ தீ *(நெருப்பு)*

★ கோ *(தலைவன்)*

இப்படித் தமிழில் பல சொற்கள் ஒரே எழுத்தில் அமைகின்றன. இது ஓர் வியப்புக்குரிய அம்சம்.

இலக்கணப்படி இதனை 'ஓரெழுத்து ஒருமொழி' என்கிறார்கள். 'மொழி' என்றால், இங்கே 'சொல்' என்று பொருள், ஒரே

எழுத்து, ஒரு சொல்லாகிவிடுகிறது.

ஆங்கிலத்திலும் இந்த வகையில் சில சொற்கள் உண்டு. உதாரணமாக: I (நான்), A (ஒரு).

ஆனால், தமிழில் இப்படி ஏராளமான சொற்கள் இருக்கின்றன. மேலே நாம் பார்த்த உதாரணங்களுடன் இன்னும் பல இங்கே:

★ அ, இ, உ (சுட்டெழுத்துகள்: 'அ'ப்பறவை, 'இ'ப்பறவை என்று சுட்டிக்காட்டுகிறோமல்லவா?)
★ எ (வினா எழுத்து: 'எ'ப்பறவை? என்று கேட்கிறோமல்லவா?)
★ ஈ (பறக்கும் பூச்சி என்று ஒரு பொருள், கொடு என்று ஒரு பொருள்)
★ ஏ (அம்பு)
★ ஐ (தலைவன்)
★ கா (காப்பாற்று, சோலை)
★ கை (கரம்)
★ சா (இறந்துபோ)
★ சீ (இகழ்ச்சி)
★ தா (கொடு)
★ தூ (தூய்மை)
★ தே (கடவுள்)
★ தை (தமிழ்மாதங்களில் ஒன்று)
★ நா (நாக்கு)
★ நீ (முன்னால் இருப்பவரைச் சுட்டும் சொல்)
★ நை (வருத்தப்படு)
★ நோ (நோய்)
★ பா (பாடல்)
★ பை (சட்டைப்பை)
★ போ (செல்)
★ மா (பெரிய)

★ *மீ (மேலே)*

★ *மூ (மூப்பு)*

★ *மை (கண்ணில் பூசும் அழகுப்பொருள்)*

★ *மோ (முகர்ந்து பார்)*

★ *யா (ஒருவகை மரம்)*

★ *வா (அழைத்தல்)*

★ *வீ (மலர்)*

★ *வை (கீழே வை)*

இப்படித் தமிழில் அறுபதுக்கும் மேற்பட்ட ஓரெழுத்து ஒருமொழிகள் இருப்பதாகச் சொல்கிறார்கள். இங்கே தரப்பட்டிருப்பவைதவிர இன்னும் பல சொற்களை நீங்கள் அகராதியில் தேடிக் கண்டுபிடிக்கலாம்.

சுவையான, சவாலான இன்னொரு விளையாட்டும் உண்டு, ஓரெழுத்து ஒருமொழிகளை வைத்து ஓர் உரையாடலை நிகழ்த்தலாம். உதாரணமாக. 'ஆ! தீ! போ!' என்றால், ஒருவன் தீயைப் பார்த்து அதிர்ச்சியடைகிறான், இன்னொருவனைப் போகச்சொல்கிறான் என்பது விளங்குகிறதல்லவா?

இப்போது நீங்கள் சொல்லுங்கள், 'பை, கை, வை, நீ, கா' என்றால் என்ன பொருள்?

★★★

56. பழமொழிகள்

'அஞ்சுல வளையாதது அம்பதுல வளையுமா?'
'ஆத்துல போட்டாலும் அளந்து போடணும்!'

உங்கள் வீட்டில் தாத்தாவோ, பாட்டியோ இப்படியெல்லாம் பேசுவதைக் கேட்டிருப்பீர்கள். கேட்பதற்குக் கொஞ்சம் வேடிக்கையாக இருக்கும், ஆனால், ஆழமாக யோசித்தால் ஒவ்வொன்றுக்கும் அருமையான பொருளிருக்கும்.

இதுபோன்ற வாசகங்கள் யாரோ ஒருவர் சிந்தித்து எழுதிவைத்தவை அல்ல, காலங்காலமாகப் பலரால் சொல்லப்பட்டு வருபவை, இப்போது நாம் இவற்றைக் கேட்டு அடுத்த தலைமுறைக்குக் கொண்டுசெல்கிறோம். இவற்றைப் 'பழமொழிகள்', 'முதுமொழிகள்', 'சொலவடைகள்' என்பார்கள்.

'பழமொழி' என்றாலும் 'முதுமொழி' என்றாலும் ஒரே பொருள்தான், பழமையான/முதுமையான மொழி, பல்லாண்டுகளாக, பல தலைமுறைகளாகச் சொல்லப்பட்டு வருகிற ஒரு விஷயம். 'சொலவடை' என்ற சொல்லைச் சொலவு + அடை என்று பிரிக்கவேண்டும். 'சொலவு' என்றால் சொல்லப்படுவது, 'அடை' என்றால், சேர்வது/உள்ளிடப்படுவது.

நமது தினசரிப்பேச்சிலும் நாம் பல பழமொழிகளை இயல்பாகப் பயன்படுத்துகிறோம். உதாரணமாக, ஒரு சிறுவனை அழைத்து, 'திருவிழாவுக்குப் போகலாமா?' என்று கேட்டால், 'கரும்பு தின்னக் கூலியா?' என்பான்.

இதன் பொருள், கரும்பு ஏற்கெனவே இனிமையானது, அது தின்னக்கிடைப்பதே பெரிய மகிழ்ச்சி, கூடவே அதற்குக் கூலியும் கொடுத்தால் எப்படியிருக்கும்! அதுபோல, திருவிழா பார்ப்பதில் அந்தப் பையனுக்கு அத்தனை மகிழ்ச்சி.

பழமொழிகள் எப்படி நம் நினைவில் நிற்கின்றன?

இதற்குப் பல காரணங்கள் உண்டு: அவற்றின் ஓசைச்சிறப்பு, எளிமை, எல்லாருக்கும் புரியக்கூடிய, சுலபமாக நினைவில் நிற்கக்கூடிய உதாரணங்கள், இவற்றுக்கெல்லாம் மேலாக, பலரும் பலமுறை சொல்லிக் கேட்டுக்கொண்டே இருப்பதால் அவை சுலபமாகப் புத்தியில் ஏறிவிடுகின்றன.

ஆனால், நமக்குத் தெரிந்த பழமொழி நூறு என்றால், தெரியாத பழமொழி ஆயிரம். அவற்றையெல்லாம் எப்படித் தெரிந்துகொள்வது?

பலகாலமாக இந்தப் பழமொழிகளெல்லாம் வாய்மூலமாக மட்டுமே சொல்லப்பட்டுவந்தன. பிறகுதான் அவற்றை எழுத்தில் தொகுக்க ஆரம்பித்தார்கள்.

இதற்காக, பல அறிஞர்கள் கிராமங்களுக்குப் பயணம் செய்தார்கள். அங்குள்ள பெரியவர்களிடம் பேசினார்கள், அவர்கள் சொல்லும் பழமொழிகளைக் குறித்துக்கொண்டார்கள், அதற்கான பொருளைக் கேட்டறிந்தார்கள், பதிவுசெய்தார்கள்.

இதனால், இன்றைக்கு நம்மிடம் ஏராளமான பழமொழிகள் இருக்கின்றன. அத்தனையும் அச்சில், இணையத்தில் கிடைப்பதால் நிரந்தரச் செல்வங்களாகிவிட்டன. அந்த ஆய்வாளர்களுக்கு நாம் மிகவும் கடமைப்பட்டிருக்கிறோம்.

உதாரணமாக, கி.வா.ஜகந்நாதன் அவர்கள் 'தமிழ்ப் பழமொழிகள்' என்ற தலைப்பில் நான்கு தொகுதிகளைக்கொண்ட

நூலொன்றை வெளியிட்டுள்ளார். அதிலே எழுத்துவாரியாக நூற்றுக்கணக்கான பழமொழிகள் வரிசைப்படுத்தப்பட்டுள்ளன. இதுபோல், பழமொழிகளை மையமாகக்கொண்டு இன்னும் பலப்பல தொகுப்புநூல்கள், ஆய்வுநூல்கள் வெளியாகியுள்ளன, வெளியாகிக்கொண்டிருக்கின்றன.

தமிழின் பழமொழிச் செல்வம், பெருஞ்செல்வம்!

57. எத்தனை சீர்? எத்தனை சொல்?

ஒவ்வொரு திருக்குறளிலும் எத்தனை சொற்கள் உள்ளன? இது தெரியாதா, ஏழே ஏழு சொற்கள்தான். முதல் வரியில் நான்கு, இரண்டாம் வரியில் மூன்று. அவசரம் வேண்டாம், நன்றாக யோசித்துப் பதில் சொல்லுங்கள். வேண்டுமானால் உங்கள் பாடப்புத்தகத்தை எடுத்துச் சரிபாருங்கள். நிஜமாகவே ஒவ்வொரு குறளிலும் ஏழு சொற்கள்தான் உள்ளனவா?

பார்ப்பதற்கு அப்படித்தான் தெரியும். ஆனால், உண்மை அதுவல்ல. ஒவ்வொரு திருக்குறளிலும் இருப்பவை ஏழு சொற்கள் அல்ல, ஏழு சீர்கள். அவை ஏழு சொற்களாகவும் இருக்கலாம், அதைவிடக் குறைவாகவும் இருக்கலாம், அதிகமாகவும் இருக்கலாம். உதாரணமாக, 'நன்றி மறப்பது நன்றன்று' என்ற வரியை எடுத்துக்கொள்வோம். இதில் எத்தனை சீர்கள் உள்ளன?

மூன்று சீர்கள்: 1. நன்றி 2. மறப்பது 3. நன்றன்று

இதில் எத்தனை சொற்கள் உள்ளன?

நான்கு சொற்கள்: 1. நன்றி 2. மறப்பது 3. நன்று 4. அன்று

ஆக, நான்கு சொற்கள் இணைந்து மூன்று சீர்களாக அமைகின்றன. 'நன்றன்று' என்பது ஒரே சீர், ஆனால் இரு

சொற்கள். இப்படிப் பெரும்பாலான திருக்குறள்களில் ஒரே சீருக்குள் ஒன்றுக்கு மேற்பட்ட சொற்களை நாம் பார்க்கலாம். இதனால், ஒவ்வொரு குறளிலும் ஏழே சீர்கள்தான் எனினும், சொற்களின் எண்ணிக்கை மாறுபடும்.

'சீர்' என்றால் என்ன?

செய்யுளியல் இலக்கணப்படி, எழுத்துகள் ஒன்றாகச் சேர்ந்து 'அசை' ஆகும், அந்த 'அசை'கள் சீராக, அதாவது, முறைப்படி வரிசையாக அமைவதுதான், 'சீர்'. திருக்குறளில் 4 + 3 என ஒவ்வொரு பாடலிலும் ஏழு சீர்கள் அமைகின்றன. ஆனால், நாலடியாரை எடுத்துப்பார்த்தால் 4+4+4+3 என ஒவ்வொரு பாடலிலும் பதினைந்து சீர்கள் இருக்கும். இதேபோல் ஒரு பாடலுக்கு 16, 24, 28, 32, ஏன் 48 சீர்கள், அதற்குமேல் கொண்ட பாடல்கள்கூட உண்டு.

இவற்றையெல்லாம் புலவர்கள் தீர்மானிப்பதில்லை. செய்யுளியல் இலக்கணத்தின்படி ஒரு பாடலில் எத்தனை சீர்கள் வரவேண்டும், எப்படி வரவேண்டும் என்பதெல்லாம் ஏற்கெனவே வரையறுக்கப்பட்டிருக்கிறது. அதன்படி அவர்கள் எழுதுகிறார்கள்.

திருக்குறளின் 4+3 சீர் அமைப்பைக் 'குறள் வெண்பா' என்கிறார்கள். அதற்கு இன்னும் சில இலக்கணங்களும் உள்ளன. அனைத்தையும் கவனமாகப் பின்பற்றி, அதில் அரிய கருத்துகளையும் சேர்த்து ஆயிரத்துக்கும் மேற்பட்ட பாடல்களை எழுதவேண்டுமென்றால் எத்துணைச் சிரமம் என்று யோசியுங்கள். அன்றைய புலவர்கள் அதைச் சிரமமாக எண்ணவில்லை, மகிழ்ச்சியாக ஏற்றுக்கொண்டார்கள், ஆனந்தமாக அதில் ஈடுபட்டார்கள், ஆகவே, அவை காலம் கடந்து நின்றன, நாம் இன்றும் அவற்றை வாசித்துப் பயன்பெறுகிறோம்!

★★★

58. முப்பத்தாறு முத்துகள்

சங்க இலக்கிய நூல்கள் மொத்தம் முப்பத்தாறு. இவற்றை 18 + 18 என்று பிரிப்பார்கள், பதினெண் மேற்கணக்கு, பதினெண் கீழ்க்கணக்கு என்று பிரிப்பார்கள்.

அதென்ன மேற்கணக்கு, கீழ்க்கணக்கு?

'கணக்கு' என்றால், நமது பள்ளிப்பாடமான கணிதம் அல்ல. அந்தச் சொல்லுக்குப் புத்தகம் என்ற பொருளும் உண்டு, முறைமை/ஒழுங்கு (order/sequence) என்ற பொருளும் உண்டு. பதினெட்டு நூல்களைத் தனித்தனியே ஒழுங்குபடுத்தித் தொகுத்திருப்பதால் இவற்றுக்குக் 'கணக்கு' என்று பெயர்.

இந்த இரு கணக்குகளையும் மேல்/கீழ் என்று குறிப்பிடுவது ஏன்? ஒன்று உயர்வானது, இன்னொன்று தாழ்வானது என்பதாலா?

அப்படியல்ல. நாம் இன்றும் வாசித்துப் பயன்பெறுகிற திருக்குறள் போன்ற பல அருமையான நூல்கள் 'கீழ்க்கணக்கு' வரிசையில்தான் இடம்பெற்றுள்ளன. ஆகவே, இவற்றுள் உயர்வு, தாழ்வு கருதவேண்டியதில்லை.

ஆனால், கால அடிப்படையில் பார்க்கும்போது, பதினெண் மேற்கணக்கு நூல்கள் முதலில் தோன்றியவை, கீழ்க்கணக்கு

நூல்கள் பின்னர் தோன்றியவை. ஆகவே, மேலே/கீழே என்ற சொற்கள் காலத்தைக் குறிப்பிடுபவைதான் என்கிறார்கள் பல அறிஞர்கள்.

இன்னொரு காரணம், பதினெண் மேற்கணக்கு நூல்களில், சில வரிகளில் முடிந்துவிடுகிற பாடல்களும் உண்டு, நூறு வரிகளைத் தாண்டிச்செல்லும் பாடல்களும் உண்டு. ஆனால் பதினெண் கீழ்க்கணக்கு நூல்களில் எல்லாமே சிறிய பாடல்கள், அதிகபட்சம் நான்கே வரிகள்தான். மேல்கணக்கு/கீழ்க்கணக்கு என்ற சொற்கள் இதையும் குறிப்பிடுவதாக எண்ணலாம்.

ஆக, 'பதினெண் மேற்கணக்கு' என்றால், முதலில் வந்த, பலவிதமாக எழுதப்பட்ட பதினெட்டு நூல்கள், 'பதினெண் கீழ்க்கணக்கு' என்றால், பின்னர் வந்த, சிறிய பாடல்களைமட்டுமே கொண்ட பதினெட்டு நூல்கள்.

பதினெண் மேற்கணக்கு நூல்களை 8 + 10 என மீண்டும் பிரிப்பார்கள்: எட்டுத்தொகை, பத்துப்பாட்டு. இவற்றுள் ஒன்றைத் 'தொகை' என்றும் இன்னொன்றைப் 'பாட்டு' என்றும் சொல்லவேண்டிய காரணம் என்ன?

'தொகை' என்றால் தொகுப்பு என்று பொருள். பல புலவர்கள் எழுதிய பாடல்களைத் தொகுத்த நூல்கள் 'எட்டுத்தொகை' வரிசையில் இடம்பெற்றுள்ளன.

ஆனால், பத்துப்பாட்டு அப்படியல்ல, அதில் உள்ள ஒவ்வொரு நூலையும் ஒரே ஒரு புலவர்தான் பாடியிருக்கிறார். ஆகவே, அதனைப் 'பாட்டு' என்று எளிமையாகக் குறிப்பிடுகிறார்கள்.

பதினெண் மேற்கணக்கு, பதினெண் கீழ்க்கணக்கு இரண்டிலும் பழந்தமிழரின் அன்பு வாழ்க்கை, வீர வாழ்க்கை, அவர்கள் வலியுறுத்திய நீதிநெறிகள் அனைத்தும் அருமையாக வெளிப்படுகின்றன. சுவைத்து மகிழ்வதும் கற்றுக்கொள்வதும் நம் பொறுப்பு!

59. இணைச்சொற்கள்

அதோ, அவர்தான் கதிரவன். இந்த நிறுவனத்தின் தலைவர்.

அவருக்குப் பக்கத்தில் ஒரு பெண்மணி நிற்கிறாரே, அவர் பெயர் விமலா, அவர் இந்நிறுவனத்தின் இணைத்தலைவர்.

இந்தச் சொல்லின் பொருளென்ன?

கதிரவன் தலைவர், அவருக்கு இணையான இன்னொரு தலைவர் விமலா. இருவரும் அந்த நிறுவனத்தில் கிட்டத்தட்ட ஒரேமாதிரியான அதிகாரங்களைக் கொண்டவர்கள்.

இதனால்தான், கணவன், மனைவியைக்கூடச் சிலர் 'இணை' என்கிறார்கள். வீட்டில் அவர்கள் இருவரும் சமமல்லவா?

இந்த 'இணை'களை இலக்கணத்திலும் காணலாம். ஒன்றுக்கொன்று இணையான/ஒப்பிடத்தக்க/தொடர்புள்ள சொற்களை 'இணைச்சொற்கள்' என்று அழைப்பார்கள்.

எடுத்துக்காட்டாக:

★ இரவு, பகலாகப் பாடுபட்டேன்

★ நியாய, தர்மங்களை அறிந்து வாழவேண்டும்

முதல் வாக்கியத்தில் இரவு, பகல் ஆகியவை இணைச்சொற்கள், இரண்டாவது வாக்கியத்தில், நியாயம், தர்மம் என்பவை இணைச்சொற்கள்.

பெயர்ச்சொற்களில்மட்டுமல்ல, வினைச்சொற்களிலும் இணைச்சொற்கள் வருவதுண்டு. எடுத்துக்காட்டாக: ஓங்கி, உயர்ந்த மலை: இங்கே ஓங்குதல், உயர்தல் என்பவை இணைச்சொற்கள்.

ஓங்குதல், உயர்தல் இரண்டும் கிட்டத்தட்ட ஒரே பொருளைத்தானே தருகின்றன? இவற்றில் ஏதேனும் ஒன்றைப் பயன்படுத்தினால் போதாதா?

போதும்தான். ஆனால், வாக்கியத்தின் சுவையைக் கூட்டுவதற்காகத்தான் இப்படி இணைச்சொற்களைச் சேர்த்துப் பேசுகிறோம். 'ஓடி விளையாடினேன்' என்று சொல்வதைவிட, 'ஓடி ஆடி விளையாடினேன்' என்றால் கொஞ்சம் சுவை அதிகரித்துவிடுகிறதுதானே?

இணைச்சொற்களில் இரண்டு வகை:

1. நேர் இணைச்சொற்கள்

2. எதிர் இணைச்சொற்கள்

நேர் இணைச்சொற்கள் என்றால், சொல்லப்படும் இரு சொற்களும் ஒரே பொருளையோ, அல்லது, ஒன்றுக்கொன்று தொடர்புடைய பொருள்களையோ குறிப்பிடும். எடுத்துக்காட்டாக:

★ சீரும் சிறப்புமாக வாழ்க: இங்கே சீர், சிறப்பு ஆகியவை ஒரே பொருளைக் குறிப்பிடுகின்றன

★ பெட்டி படுக்கையோடு புறப்படு: இங்கே பெட்டி, படுக்கை ஆகியவை தொடர்புடையவை: வெளியூர் செல்கிறவர்கள் அவற்றை எடுத்துச்செல்வது வழக்கம்

எதிர் இணைச்சொற்கள் என்றால், சொல்லப்படும் சொற்கள் ஒன்றுக்கொன்று எதிரானவையாக இருக்கும். எடுத்துக்காட்டாக:

★ தொழிலில் இலாபம், நட்டம் வரலாம்: இங்கே இலாபம் என்பதும் நட்டம் என்பதும் எதிரெதிரானவை

★ அந்தக் கடைக்காரர் ஏழை, பணக்காரர் என்று வித்தியாசமே பார்க்கமாட்டார்: இங்கே ஏழை என்பதும் பணக்காரர் என்பதும் எதிரெதிரானவை

நேர், எதிர் இணைச்சொற்களைப் பயன்படுத்துவதால் நம்முடைய எழுத்து அழகாகும்... அட, இந்த வாக்கியத்தில் வரும் 'நேர், எதிர்' என்பவைகூட இணைச்சொற்கள்தான்!

60. தமிழுக்காக வாதாடிய மாணவர்

ஆங்கில வகுப்பு அது. டென்னிசனின் 'Morte d'Arthur' என்ற பாடலை நடத்திக்கொண்டிருந்தார் ஆசிரியர். அந்த ஆசிரியரின் பெயர், வில்லியம் மில்லர், சென்னையில் பணியாற்றிக்கொண்டிருந்த வெளிநாட்டுக்காரர்.

அவருக்கு ஆங்கிலக்கவிதை என்றால் உயிர். நுணுக்கமான வரிகளையெல்லாம் குறிப்பிட்டு ரசிப்பார். அதுபோல, அந்தப்பாடலிலும் ஓர் அழகிய வரியைக் கண்டுகொண்டார் அவர்:

'the barge with oar and sail,
moved from the brink, like some full-breasted swan.'

இந்த வரிகளைப் படித்தவுடன், 'ஆஹா' என்று வியந்தார் அந்த ஆசிரியர். 'ஆற்றில் படகு நகர்கிறது, அதன் பக்கங்களில் துடுப்புகள் அசைகின்றன, அதைப் பார்க்கும்போது, அன்னப்பறவை நீந்திச்செல்வதுபோல் இருக்கிறதாம், படகுக்கு அன்னம் உவமை, துடுப்புகளுக்கு அதன் சிறகுகள் உவமை... என்ன அழகு!'

இதுவரை பிரச்னையில்லை. அதையடுத்து அந்த ஆசிரியர் சொன்ன ஒரு விஷயம்தான் மாணவர்களுக்குத் திகைப்பை

உண்டாக்கியது. 'இதுபோன்ற உவமைகளெல்லாம் ஆங்கிலேயனின் கண்டுபிடிப்புகள், வேறு எந்த மொழியிலும் இப்படிப்பட்ட சிந்தனைகள் இல்லை!'

உடனே, வகுப்பிலிருந்த ஒரு மாணவர் எழுந்தார், 'ஐயா, இந்தச் சிந்தனை ஆங்கிலேயனுடையதல்ல, தமிழனுடையது!' என்றார்.

'எப்படிச் சொல்கிறாய்?'

'நீங்கள் சொல்லும் டென்னிஸன் வாழ்ந்தது பத்தொன்பதாம் நூற்றாண்டு, அவருக்குப் பல நூற்றாண்டுகள்முன்பு தமிழகத்தில் வாழ்ந்த கம்பன் என்ற மகாகவிஞன் இதே உவமையைப் பாட்டில் எழுதிவைத்திருக்கிறான்' என்றார் அந்த மாணவர், கடகடவென்று அந்தப் பாடலைச் சொல்லத்தொடங்கினார். பிறகு, அதனை அந்தப் பேராசிரியருக்குப் புரியும்வண்ணம் ஆங்கிலத்தில் விளக்கினார்.

'கடிதினின் மட அன்னக் கதி அது செல... இந்த வரிகளைப் பாருங்கள் ஐயா, இளைய அன்னம் ஒன்று நதியில் செல்வதுபோலப் படகு சென்றது என்று வர்ணிக்கிறான் கம்பன்!'

இதைக்கேட்ட பேராசிரியர் வியந்துபோனார், 'தமிழில் சிறந்த கவிஞர்கள் இருந்திருக்கிறார்கள்' என்று ஒப்புக்கொண்டார், 'அதை எனக்குச் சுட்டிக்காட்டிய உனக்கு நன்றி!'

அவரவர்க்கு அவரவர் மொழி உயர்வுதான். அதேசமயம் பிறர் மொழியை இழிவாகப் பேசுவது பண்பல்ல.

அந்த ஆசிரியர் அப்பண்பை மறந்தபோது, அவருக்குத் தமிழின் பெருமையை நயமாக உரைத்த அந்த மாணவர், பரிதிமாற்கலைஞர். தனக்குப் பெற்றோர் சூட்டிய 'சூரியநாராயண சாஸ்திரி' என்ற பெயரை இவ்வாறு தூய தமிழில் மாற்றிக்கொண்ட அவர், எழுத்தாளராகவும் இதழாளராகவும் சமூகப் பணியாளராகவும் பலவிதங்களில் தமிழுக்கு அருந்தொண்டு புரிந்திருக்கிறார்.

61. ஆகுபெயர்

'அம்மா, அம்மா' என்று கத்திக்கொண்டே வீட்டுக்குள் ஓடிவருகிறான் சரவணன். தாயைப்பார்த்ததும் பெருமிதத்தோடு பேசத் தொடங்குகிறான், 'அம்மா, எங்க வகுப்புல இன்னிக்கு ஒரு திடீர்த் தேர்வு வெச்சாங்க. அதுல நான்தான் முதல் மதிப்பெண்.'

'அப்படியா? ரொம்ப மகிழ்ச்சி கண்ணா!' என்று அவனைப் பாராட்டுகிறார் சரவணனின் தாய். 'எவ்வளவு மதிப்பெண்?'

'முப்பதுக்கு முப்பதும்மா' என்கிறான் சரவணன், 'நான்தான் முதல் மதிப்பெண் எடுத்திருக்கேன்னு தெரிஞ்சதும் பள்ளிக்கூடம் முழுக்க என்னைப் பாராட்டிச்சு, தெரியுமா?'

சரவணன் சொல்வது சரியா? பள்ளிக்கூடம் வெறும் கட்டடமல்லவா? வாயில்லாத அந்த அஃறிணைப்பொருள் எப்படி அவனைப் பாராட்டும்? உண்மையில், அந்தப் பள்ளிக்கூடத்தில் இருந்த மாணவர்களும் ஆசிரியர்களும்தான் சரவணனைப் பாராட்டினார்கள். ஆனால் அவனோ, 'பள்ளிக்கூடமே என்னைப் பாராட்டியது' என்கிறான். எனவே, 'பள்ளிக்கூடம்' என்ற சொல் இங்கே பள்ளிக்கூடத்தைக் குறிக்கவில்லை. அங்கே உள்ளவர்களைக் குறிக்கிறது. இதேபோல், 'மந்திரி மரம் நட்டார்' என்கிறோம். அவர் மரத்தையா நட்டார்? வெறும் செடியைத்தானே நட்டார்?

இங்கே 'மரம்' என்ற சொல் மரத்தைக் குறிக்கவில்லை. மரமாக வளரப்போகும் சிறிய செடியைக் குறிக்கிறது. இப்படிச் சில நேரங்களில் நாம் சொல்லும் ஒரு சொல் தன்னுடைய நிஜப்பொருளை உணர்த்தாமல் வேறொரு பொருளை உணர்த்துகிறது, அதாவது, ஒன்று வேறொன்றாக ஆகிவருகிறது, இவ்வகைச் சொற்களை 'ஆகுபெயர்' என்பார்கள்.

ஆகுபெயரில் பல வகைகள் உண்டு. அவற்றில் சில:

1. இட ஆகுபெயர்: ஓர் இடத்தின் பெயர் அங்குள்ளவர்களைக் குறிப்பது. உதா: இந்தியாவே மகிழ்ந்தது (இந்தியா மகிழவில்லை, இந்தியாவில் உள்ள மக்கள் மகிழ்ந்தார்கள்)

2. பண்பு ஆகுபெயர்: ஒரு பண்பின் பெயர், அந்தப் பண்புள்ள மனிதர்களை/பொருள்களைக் குறிப்பது. உதா: இனிப்பு வாங்கிவந்தேன் (இனிப்பை வாங்கவில்லை, இனிக்கும் ஒரு பொருளை வாங்கிவந்தேன்.)

3. தொழில் ஆகுபெயர்: ஒரு தொழிலின் பெயர், அந்தத் தொழிலைச் செய்கிறவர்களைக் குறிப்பது. உதா: வற்றல் தின்றேன் (வற்றுதல் என்கிற செயலைத் தின்னவில்லை, வற்றிப்போன ஓர் உணவுப்பண்டத்தைத் தின்றேன்)

4. உவமை ஆகுபெயர்: ஓர் உவமையின் பெயர், உவமிக்கப்படும் பொருளைக் குறிப்பது. உதா: மான் வந்தாள் (மான் வரவில்லை, மான்போன்ற ஒரு பெண் வந்தாள்)

5. சினை ஆகுபெயர்: ஓர் உறுப்பின் பெயர், அந்த உறுப்பைக் கொண்டிருக்கும் ஆள்/நபரைக் குறிப்பது. உதா: வெற்றிலை நட்டான் (வெறும் இலையை நடவில்லை, வெற்றிலையைக்கொண்ட கொடியை நட்டான்)

6. அளவை ஆகுபெயர்: ஓர் அளவின் பெயர், அவ்வாறு அளக்கப்படும் பொருளைக் குறிப்பது. உதா: ஐந்து கிலோ வாங்கினேன் (வெறும் கிலோவை வாங்கவில்லை, ஐந்து கிலோ அரிசி வாங்கினேன்)

62. தாலாட்டு

தாலாட்டு, தாராட்டு, தாலேலோ, ஓராட்டு, ரோராட்டு, ராராட்டு, தொட்டில் பாட்டு, ஓலாட்டு...

இவையெல்லாம் என்ன? முதலில் இருக்கும் 'தாலாட்டு' மட்டும் புரிகிறது. அதன்பிறகு வருபவையெல்லாம் புரியவில்லையே.

இந்தச் சொற்கள் எல்லாமே 'தாலாட்டை'த்தான் குறிக்கின்றன. அச்சொல் மக்கள் மத்தியில் எப்படியெல்லாம் மாறிப் பயன்படுத்தப்பட்டுவருகிறது என்பதை உணர்த்துவதற்காக அறிஞர் தே. லூர்து தந்திருக்கும் பட்டியல்தான் இது.

'தாலாட்டு' என்ற சொல்லின் பொருள் என்ன?

தால் + ஆட்டு என்று இதனைப் பிரிப்பார்கள். தால் என்ற சொல்லுக்கு 'நாக்கு' என்ற பொருளுண்டு. தாய் தன்னுடைய நாக்கை அசைத்துப் பாடுவதால் இது 'தாலாட்டு.'

இதே சொல்லுக்குத் தொட்டில் என்ற பொருளும் இருக்கிறது. தொட்டிலை அசைத்தபடி பாடுகின்ற பாடல் என்பதாலும் இதனைத் 'தாலாட்டு' என்று அழைக்கலாம். தாலாட்டு எதற்காகப் பாடப்படுகிறது?

ஒரு குழந்தை, பிறந்ததுமுதல் சரியான நேரத்தில் உணவுண்ண

வேண்டும், பின்னர் சரியான நேரத்தில் தூங்கவேண்டும். இவை சரியாக நடந்தால்தான் அது சிறப்பாக வளரும், சுறுசுறுப்பாக இருக்கும்.

இது குழந்தைகளுக்குமட்டுமல்ல, பெரியவர்களுக்கும் பொருந்தும். உடலில் ஏதேனும் பிரச்னை என்று மருத்துவரிடம் சென்றால், 'வேளாவேளைக்குச் சத்தான உணவுகளைச் சாப்பிடுங்க, நல்லாத் தூங்குங்க, எல்லாம் சரியாகிடும்' என்கிறார்கள்.

குழந்தைக்குப் பரிவோடு சோறூட்டும் தாய், அதனைத் தூங்கவைப்பதற்காகத் தாலாட்டுப் பாடல்களைப் பாடுகிறாள். அவளுடைய குரலும், பாடலில் இருக்கும் சொல் அழகும், ஏற்ற இறக்கங்களும், இசையொழுங்கும் குழந்தைக்குப் பிடித்துப்போகிறது, அதைக் கேட்டுக்கொண்டே தூங்கிவிடுகிறது.

தாய்மட்டுமல்ல, பாட்டி, அத்தை, சித்தி, அக்கா என்று யார்வேண்டுமானாலும் தாலாட்டுப்பாடலாம், ஆண்கள்கூடப் பாடலாம், ஆனால், தாய்மார்கள் பாடும் தாலாட்டுக்குதான் தனிப்பெருமை!

தாலாட்டுப்பாடலில் எவையெல்லாம் இடம்பெறுகின்றன?

சில பாடல்களில் தாய் குழந்தையின் அழகை வர்ணிக்கிறாள். உதாரணமாக:

'மானே, மரகதமே, என் கண்ணே,
மாசிலாக் கண்மணியே.'

குழந்தை பயன்படுத்தும் பொருள்களின் சிறப்பும் வர்ணிக்கப்படுவதுண்டு. சுற்றியிருக்கும் விலங்குகள், பறவைகளை அழைத்து அந்தப் பொருள்களைக் கொண்டுவருமாறும் பாடுவார்கள். உதாரணமாக:

'காக்காய், காக்காய், கண்ணுக்கு
மை கொண்டுவா,
கோழீ, கோழீ, குழந்தைக்குப்
பூ கொண்டுவா.'

சில தாலாட்டுப் பாடல்களில் குழந்தையின் உறவினர்களைச்

சுட்டிக் காட்டுவார்கள், அவர்கள் குழந்தைக்கு வாங்கிவந்த பரிசுகளைச் சொல்வதுபோல, உறவுகளை நினைவில் பதிய வைப்பார்கள். உதாரணமாக:

'நெத்திக்குச் சுட்டி, முகம்பார்க்கும் கண்ணாடி,
காலுக்குத் தண்டை, கொண்டுவந்தார் தாய்மாமன்.'

சில தாலாட்டுப்பாடல்களில், குழந்தைக்காகத் தாங்கள் செய்த தவத்தைச் சொல்லி மகிழ்வார்கள். உதாரணமாக:

'இரவும் பகலுமாக, எண்ணித் தவமிருந்து,
பெற்றெடுத்த தவமணியே...'

இப்படிக் குழந்தைகளுக்குப் பாடப்படும் தாலாட்டுகள் ஒருபுறமிருக்க, தெய்வத்துக்கே தாலாட்டுப் பாடியவர் ஒருவர் இருக்கிறார். பன்னிரு ஆழ்வார்களில் ஒருவரான பெரியாழ்வார்தான் அவர், கண்ணனைக் குழந்தையாகக் கற்பனை செய்து அவனைத் தாலாட்டியிருக்கிறார்:

'மாணிக்குறளனே தாலேலோ,
வையம் அளந்தானே தாலேலோ.'

பெரியாழ்வாருக்குப்பிறகு பல கவிஞர்கள் தாலாட்டுப் பாடியிருக்கிறார்கள். ஆனால், பாரதியார்மட்டும் பாடவில்லை.

எத்தனையோ வகையான பாடல்களை வழங்கிய பாரதி தாலாட்டைமட்டும் பாடாதது ஏன்?

இதற்குச் சுவையான ஒரு பதிலைச் சொல்வார்கள், 'அன்றைய தமிழகம் ஏற்கெனவே தூங்கிக்கொண்டிருந்தது, பின்னர் எதற்குத் தாலாட்டு? அதனால்தான், தமிழர்களைத் தட்டி எழுப்புவதற்காக விழிப்புணர்வுப் பாடல்களைப் பாடினார் பாரதி!'

63. சார்ந்து வரும் எழுத்துகள்

சிவப்பு, பச்சை, நீலம்... இந்த மூன்றையும் 'அடிப்படை வண்ணங்கள்' என்பார்கள். காரணம், இவற்றிலிருந்துதான் பிற வண்ணங்கள் அனைத்தும் உருவாகின்றன.

உதாரணமாக, சிவப்பும் பச்சையும் சரிவிகிதத்தில் கலந்தால், மஞ்சள் நிறம் தோன்றும், சிவப்பும் நீலமும் சரிவிகிதத்தில் கலந்தால், *magenta* எனப்படும் நிறம் தோன்றும், பச்சையும் நீலமும் சரிவிகிதத்தில் கலந்தால், *cyan* எனப்படும் நிறம் தோன்றும்... இப்படி இவற்றைப் பலவிதமாகக் கலந்தால் ஏராளமான வண்ணங்கள் கிடைத்துக்கொண்டே இருக்கும்.

ஆக, நாம் பார்க்கும் வண்ணங்கள் அனைத்தும் சிவப்பு, பச்சை, நீலத்தைச் சார்ந்துள்ளன. இவை மூன்றும் அடிப்படை வண்ணங்கள், மற்ற அனைத்தும் சார்பு வண்ணங்கள்.

இதேபோன்ற ஒரு விஷயத்தை மொழி இலக்கணத்திலும் பார்க்கலாம். எழுத்துகளை முதலெழுத்துகள், சார்பெழுத்துகள் என்று பிரிப்பார்கள். முதலெழுத்துகள் என்பவை, தானே தனித்துநிற்பவை. உதாரணமாக, 12 உயிரெழுத்துகள், 18 மெய்யெழுத்துகள் ஆகிய முப்பதையும் முதலெழுத்துகள் என்பார்கள். சார்பெழுத்துகள் என்பவை, முதலெழுத்துகளைச் சார்ந்து நிற்பவை. உதாரணமாக:

க = க் + அ

இங்கே 'க்' என்ற மெய்யெழுத்து, 'அ' என்ற உயிரெழுத்து, இவை இரண்டும் சேர்ந்து, 'க' என்ற உயிர்மெய்யெழுத்தை உருவாக்கியுள்ளன. 'க' என்ற எழுத்து க், அ என்ற இரு முதலெழுத்துகளையும் சார்ந்திருக்கிறது, ஆகவே, அது சார்பெழுத்து ஆகிறது.

சார்பெழுத்துகளில் பல வகைகள் உண்டு:

★ உயிர்மெய்யெழுத்துகள் அனைத்தும் சார்பெழுத்துகளே, 12 ★ 18 = 216 உயிர்மெய்யெழுத்துகள் முப்பது (12 + 18) முதலெழுத்துகளைச் சார்ந்து அமைகின்றன (உதா: க, கா, கி, கீ...)

★ ஆய்த எழுத்து (ஃ)

★ அளபெடை எழுத்துகள் (செய்யுளில் வழக்கத்தைக்காட்டிலும் நீண்டு ஒலிக்கும் ஆஅ, ஈஇ, ங்ங் போன்ற எழுத்துகள், இதில் உயிரளபெடை, ஒற்றளபெடை என இரு வகைகள் உண்டு)

★ குற்றியலுகரம் (ஒரு மாத்திரை கொண்ட 'உ'கரக் குடும்பத்தைச் சேர்ந்த எழுத்துகள் சில குறிப்பிட்ட சூழ்நிலைகளில் குறுகி அரை மாத்திரையாக ஒலிப்பது)

★ குற்றியலிகரம் (ஒரு மாத்திரை கொண்ட 'இ'கரக் குடும்பத்தைச் சேர்ந்த எழுத்துகள் சில குறிப்பிட்ட சூழ்நிலைகளில் குறுகி அரை மாத்திரையாக ஒலிப்பது)

★ ஐகாரக் குறுக்கம், ஔகாரக் குறுக்கம் (இரு மாத்திரைகளைக் கொண்ட ஐ, ஔ குடும்பத்தைச் சேர்ந்த எழுத்துகள் சில குறிப்பிட்ட சூழ்நிலைகளில் குறுகி ஒன்று அல்லது ஒன்றரை மாத்திரையாக ஒலிப்பது)

★ மகரக் குறுக்கம், ஆய்தக் குறுக்கம் (அரை மாத்திரை கொண்ட ம், ஃ ஆகிய எழுத்துகள் சில குறிப்பிட்ட சூழ்நிலைகளில் குறுகிக் கால் மாத்திரையாக ஒலிப்பது)

★★★

64. சிதம்பரனைத் தேடிய சிவகாமி

ஒரு முனிவர், தன்போக்கில் நடந்துசெல்கிறார்.

இளைஞன் ஒருவன் அவரைக் காண்கிறான். அவர்பின்னே நடக்கிறான்.

இதுபோல் முனிவர்களுக்குப் பின்னே இளைஞர்கள் செல்வதொன்றும் புதிதில்லை. அவரைக் குருநாதராக ஏற்றுக்கொண்டு ஞானத்தைத் தேடுகிறானோ என்னவோ!

அந்த முனிவர் காட்டுக்குள் செல்கிறார், அவனும் அவரோடு வருகிறான், அவருக்கு வேண்டிய பணிவிடைகளைச் செய்கிறான்.

அப்போதுதான் முனிவர் அவனைக் கவனமாகப் பார்க்கிறார், அவருக்கு ஓர் உண்மை புரிகிறது: வந்திருப்பது ஆண் அல்ல, பெண்!

ஆமாம், அந்த இளைஞன் உண்மையில் ஒரு பெண்தான். ஆணைப்போல் வேடமிட்டுக்கொண்டு வந்திருக்கிறாள்.

இந்த உண்மை வெளியானதும், அந்தப் பெண் முனிவரிடம் மன்னிப்பு கேட்கிறாள், 'ஐயா, என் கதையைச் சொல்கிறேன், கேளுங்கள், அதன்பிறகு, நான் இப்படி நடந்துகொண்டது ஏன் என்று உங்களுக்கே புரியும்' என்கிறாள்.

'என் பெயர் சிவகாமி, என் மாமன் மகன் சிதம்பரன்.'

'நாங்கள் ஒன்றாகப் பிறந்தோம், ஒன்றாக வளர்ந்தோம். ஒருவர்மேலொருவர் அன்பாக இருந்தோம்.'

'அப்போது, எனக்கு நிறைய செல்வம் வந்தது. அந்தச் செருக்கில், நான் சிதம்பரனை மதிக்கவில்லை, அலட்சியப்படுத்தினேன்.'

'ஆகவே, அவர் வேதனைப்பட்டார், என்னைப்பிரிந்து எங்கேயோ சென்றுவிட்டார்.'

'அப்போது என்னைச்சுற்றிப் பல உறவினர்கள் இருந்தார்கள். ஆகவே, நான் அவரைப்பற்றிக் கவலைப்படவில்லை.'

'ஆனால், அந்த உறவினர்கள் எல்லாருமே வெறும் பணத்துக்காகத்தான் என்னோடு பழகுகிறார்கள் என்று பின்னால்தான் நான் புரிந்துகொண்டேன். அவர்களில் யாருக்கும் என்மீது உண்மையான அன்பு இல்லை.'

'அப்போது, நான் சிதம்பரனை நினைத்தேன், என்னை எனக்காக நேசித்தவர் அவர் ஒருவர்தானே.'

'ஆனால், இப்போது அவர் எங்கே? எனக்குத் தெரியவில்லை. ஆண்வேடத்தில் அவரைத் தேடி ஊர்ஊராகத் திரிகிறேன். என்றைக்காவது அவரைப் பார்த்துவிடமாட்டேனா என்று ஏங்குகிறேன்.'

'இன்றைக்கு, இந்த ஊரில் உங்களைக் கண்டேன், சிதம்பரனின் சாயல் உங்களிடம் தெரிந்ததால், உங்கள் பின்னே வந்தேன், என்னுடைய கதையைச் சொன்னேன். எனக்குக் கொஞ்சம் ஆறுதலாக இருக்கிறது.'

'இத்தனை நாள் தேடியபோது கிடைக்காத சிதம்பரன் இனிமேலா கிடைக்கப்போகிறார், நான் என் வாழ்க்கையை முடித்துக்கொள்கிறேன்' என்றாள் அந்தப் பெண், தீயிலே பாய முற்பட்டாள்.

'நில் சிவகாமி' என்று அவளைத் தடுத்தார் அந்த முனிவர், 'நான்தான் உன்னுடைய சிதம்பரன்' என்றார்.

சிவகாமி மகிழ்ச்சியில் திக்குமுக்காடினாள், அவரைக் கூர்ந்து கவனித்துவிட்டு, தன் சிதம்பரன் கிடைத்துவிட்டான் என்று ஆனந்தப்பட்டாள்.

சுவையான இந்தக் கதையின் தலைப்பு, 'சிவகாமி சரிதம்'! இது எங்கே இருக்கிறது தெரியுமா? மனோன்மணீயம் என்ற அருமையான நாடக நூலில்தான். இதனை எழுதியவர், பேராசிரியர் பெ. சுந்தரம்பிள்ளை. நமது தமிழ்த்தாய் வாழ்த்தான 'நீராரும் கடலுடுத்த'வும் இந்நூலின் ஒரு பகுதியாக அமைந்த பாடல்தான்!

பேராசிரியர் பெ. சுந்தரம்பிள்ளை தற்போதைய கேரள மாநிலத்திலிருக்கும் ஆலப்புழையில் பிறந்தவர், அதேசமயம், தமிழுக்கு அருந்தொண்டாற்றியவர், அவரது இலக்கிய, ஆய்வு நூல்கள் அழகும் ஆழமும் நிறைந்தவை!

65. தொகைச்சொற்கள்

சுந்தருடைய அண்ணன் சரவணன். ஆனால், அவர்கள் இருவருக்கும் எப்போதும் ஒத்துப்போகாது. சண்டை போட்டுக்கொண்டே இருப்பார்கள். இதனால், அவர்களுடைய பெற்றோர், ஆசிரியர்கள், உறவினர்கள் எல்லாருமே அவர்களை 'இருதுருவங்கள்' என்று அழைத்தார்கள்.

அதென்ன 'இருதுருவங்கள்?'

பூமியிலே வடதுருவம், தென்துருவம் என இரண்டு முனைகள் உள்ளன. ஆனால், அவை இரண்டும் அருகருகே இல்லை, தொலைதூரத்தில் உள்ளன. ஆகவே, தங்களுக்குள் ஒத்துப்போகாத நண்பர்கள், சகோதரர்களையெல்லாம் 'இருதுருவங்கள்' என்பார்கள்.

இதேபோல், 'முக்கனி', 'முத்தமிழ்', 'மூவேந்தர்' என்கிற சொற்களைக் கேட்கிறோம். இவற்றில் குறிப்பிடப்படும் மூன்று விஷயங்கள் என்னென்ன?

★ முக்கனி என்றால்: மா, பலா, வாழை: இனிமையான மூன்று கனிகள்.

★ முத்தமிழ் என்றால்: இயல், இசை, நாடகம்: தமிழிலக்கியத்தின் மூன்று வகைப்பாடுகள்

★ மூவேந்தர் என்றால்: சேரன், சோழன், பாண்டியன்: அன்றைய தமிழகத்தை ஆண்ட மூன்று அரசர்கள்

அடுத்து, நான்குக்கு, 'நால்வேதம்', 'நால்திசை' என்கிறோம், இவை ரிக், யஜுர், சாமம், அதர்வணம் என்கிற நான்கு வேதங்கள், கிழக்கு, மேற்கு, தெற்கு, வடக்கு என்கிற நான்கு திசைகளைக் குறிக்கின்றன.

சில சமயங்களில், 'நால்திசை' என்பதற்குப்பதில், 'எண்திசை' என்பதும் உண்டு. மேற்சொன்ன நான்கோடு, வடகிழக்கு, வடமேற்கு, தென்கிழக்கு, தென்மேற்கு ஆகியவையும் சேர்ந்து எட்டுத்திசைகளாகின்றன.

'பத்துத்திசை' என்று சொல்பவர்களும் இருக்கிறார்கள், மேற்சொன்ன எட்டோடு, கீழே, மேலே என்பதைச் சேர்த்தால் மொத்தம் பத்துத்திசைகள்தானே.

ஐந்தைப் பொறுத்தவரை, 'ஐம்பூதங்கள்' (நிலம், நீர், காற்று, நெருப்பு, ஆகாயம்), 'ஐம்புலன்கள்' (கண், காது, மூக்கு, நாக்கு, தோல்) ஆகியவை இடம்பெறுகின்றன. ஆறுக்கு 'அறுசுவை' (இனிப்பு, கசப்பு, புளிப்பு, கார்ப்பு, துவர்ப்பு, உவர்ப்பு), ஏழுக்கு வானவில்லின் எழுவண்ணங்கள், ஒன்பதுக்கு நவக்கிரகங்கள், நவதானியங்கள், நவமணிகள்... இப்படிச் சொல்லிக்கொண்டேபோகலாம்.

இப்படிப் பல விஷயங்களைத் தொகுத்து ஒரே சொல்லால் குறிப்பிடுவது நமக்குப் பலவிதங்களில் உதவுகிறது. 'கிழக்கில் தேடினேன், மேற்கில் தேடினேன்...' என்றெல்லாம் நீட்டிமுழக்காமல், 'நாற்திசைகளிலும் தேடினேன்' என்று சொல்லிவிடலாமல்லவா?

இவ்வகைச் சொற்களை இலக்கணத்தில், 'தொலைச்சொல்' என்பார்கள். அதாவது, தொகுத்துச்சொல்வது. முக்கனி, முத்தமிழ், அறுசுவை... இவை அனைத்தும் தொகைச்சொற்கள்.

திருக்குறளுக்கு 'முப்பால்' என்றொரு பெயர் உண்டு, தெரியுமா? அதுவும் தொகைச்சொல்தான். அறத்துப்பால், பொருட்பால், இன்பத்துப்பால் என மூன்று பால்களாகப் பிரிக்கப்பட்டிருக்கும் நூல் என்பதால், அது 'முப்பால்' ஆனது.

இப்போது, உங்களுக்கொரு பயிற்சி, இவை ஒவ்வொன்றையும் குறிப்பிடும் தொகைச்சொற்கள் என்னென்ன என்று யோசித்து எழுதுங்கள்:

1. அன்றைய மன்னர்களிடமிருந்த படைகள்: தேர்ப்படை, யானைப்படை, குதிரைப்படை, காலாட்படை
2. தமிழ் அகப்பாடல்களின் திணைகள்: குறிஞ்சி, முல்லை, மருதம், நெய்தல், பாலை
3. உலகுக்கு ஒளிதரும் சுடர்கள்: சூரியன், சந்திரன்
4. நடனமாடுவோர் வெளிப்படுத்தும் உணர்வுகள்: அமைதி, வியப்பு, கோபம், வெறுப்பு, அருவருப்பு, மகிழ்ச்சி, வீரம், நகைச்சுவை, கருணை

விடைகள்: நாற்படைகள், ஐந்திணைகள், இருசுடர்கள், நவரசங்கள்

★★★

66. திருக்குறளும் சோமேசரும்

திருக்குறள் ஒரு சின்னஞ்சிறு ஆச்சர்யம். இரண்டே அடிகளில் அழுத்தமான கருத்துகளை அழகாகவும் தெளிவாகவும் சொல்லியிருக்கிறார் வள்ளுவர். அதுவும் ஒன்று, இரண்டல்ல, நூற்றுக்கணக்கில், ஆயிரத்துக்கும் மேற்பட்ட குறள்களில்.

இதனால், திருக்குறளை வாசித்த எவராலும் அதனை மறக்க இயலாது. அவர்களுடைய பேச்சில், சிந்தனையில் அதன் தாக்கங்கள் இருந்தே தீரும். சாதாரண மக்களுக்கு மட்டுமல்ல, எழுத்தாளர்களுக்கும் திருக்குறள் என்றால் மிகப்பெரிய அன்பும் மரியாதையும் உண்டு. எண்ணற்ற அறிஞர்கள் குறளுக்கு உரையெழுதியிருக்கிறார்கள், அதனை அடிப்படையாகக்கொண்டு பல கதைகள், சொற்பொழிவுகள், நாடகங்கள், தொலைக்காட்சி நிகழ்ச்சிகள் நடத்தப்பட்டிருக்கின்றன.

அந்தவிதத்தில் ஒரு வித்தியாசமான படைப்பு, 'சோமேசர் முதுமொழி வெண்பா' என்ற நூல். இதனை எழுதியவர் சிவஞான முனிவர். முக்களாலிங்கர் என்ற இயற்பெயரைக்கொண்ட இந்த முனிவர் இளம்வயதிலேயே துறவறத்தை ஏற்றுக்கொண்டவர், பலமொழிகளைக் கற்றவர், பல்வேறு நூல்களை எழுதியவர்.

'சோமேசர் முதுமொழி வெண்பா'வுக்கும் திருக்குறளுக்கும் என்ன தொடர்பு?

திருக்குறளில் உள்ள 133 அதிகாரங்களையும் எடுத்துக்கொண்டு, ஒவ்வோர் அதிகாரத்திலும் ஒரு குறளைமட்டும் தேர்ந்தெடுத்து, அதனை விளக்கும்வண்ணம் மேலும் இரு அடிகளைச் சேர்த்து வெண்பாவாகப் பாடினார் சிவஞானமுனிவர். உதாரணமாக, இந்தக் குறளை எடுத்துக்கொள்வோம்:

> தம்மின் தம்மக்கள் அறிவுஉடைமை மாநிலத்து
> மன்னுயிர்க்கு எல்லாம் இனிது

அதாவது, பொதுவாக மனிதர்களுக்குத் தன்னைவிட அறிவானவர்களைப் பிடிக்காது, அவர்களைப் பார்த்துப் பொறாமைதான் கொள்வார்கள். ஆனால், அதே மனிதர்கள், தங்களுடைய குழந்தைகள் தங்களைவிட அறிவானவர்களாக இருந்தால் பொறாமைப்பட மாட்டார்கள், மகிழ்வார்கள்.

இந்தக் குறளைச் சோமேசர் முதுமொழி வெண்பா எப்படிச் சொல்கிறது பாருங்கள்:

> பாடினர் மூவாண்டில் சம்பந்தர் என யாவோரும்
> சூடு மகிழ்ச்சி மெய்யே, சோமேசா, நாடியிடில்
> தம்மின் தம்மக்கள் அறிவுஉடைமை மாநிலத்து
> மன்னுயிர்க்கு எல்லாம் இனிது

திருஞானசம்பந்தர் மூன்று வயதில் அருமையாகப் பாடினாராம், அதைக்கேட்டு எல்லாரும் மகிழ்ந்தார்களாம், இது பொய்யல்ல, உண்மைதான், ஏனெனில், ஒரு குழந்தை அறிவோடு இருந்தால் அதைப்பார்த்து எல்லா மக்களும் மகிழ்வார்கள்.

சோமேசர் முதுமொழி வெண்பாவுக்கும் திருக்குறளுக்கும் உள்ள தொடர்பு இப்போது புரிகிறதா? இப்படி அதிகாரத்துக்கு ஒன்று என 133 வெண்பாக்களைப் பாடியுள்ளார் சிவஞானமுனிவர், இந்தப் பாடல்கள் அனைத்திலும் 'சோமேசா' என்ற சொல் இடம்பெறுவதால், இந்நூலின் பெயரும் 'சோமேசர் முதுமொழி வெண்பா' என ஆனது!

★★★

67. பைந்தமிழ் ஆசான் நமச்சிவாயர்

நீங்கள் பள்ளிக்குச் செல்கிறீர்கள், அப்போது உங்களுடைய பையில் என்ன உள்ளது?

பல பாடப்புத்தகங்கள் உள்ளன. தமிழ், ஆங்கிலம், கணிதம், அறிவியல், சமூக அறிவியல் என ஒவ்வொரு பாடத்துக்கும் தனித்தனிப் புத்தகங்களை வாசிக்கிறீர்கள், அந்த வகுப்பில் நீங்கள் என்னென்ன கற்றுக்கொள்ளவேண்டும் என்பதை அந்நூல்கள் விரிவாக எடுத்துரைக்கின்றன, ஒவ்வொன்றையும் எளிதாகக் கற்றுத்தந்து உங்களுடைய அறிவைப் பெருக்குகின்றன.

அதேசமயம், இந்தப் பாடப்புத்தகங்கள் ஒவ்வொன்றும் பல ஆசிரியர்கள், அறிஞர்களின் உழைப்பால் உருவானவை. அவர்கள் தங்களுடைய அறிவைச் சாரமாகப் பிழிந்து வழங்கியுள்ளார்கள், அதனை நீங்கள் கற்கிறீர்கள்.

சுமார் நூறு ஆண்டுகளுக்குமுன்னால், தமிழுக்கு இத்தகைய நல்ல பாடப்புத்தகங்கள் இல்லை. அப்போது புழக்கத்திலிருந்த புத்தகங்களைக் கொண்டுதான் ஆசிரியர்கள் பாடம் நடத்திக் கொண்டிருந்தார்கள், அவை மாணவர்களுக்கு நன்முறையில் அறிவூட்டவில்லை.

அப்போது சென்னையில் ஓர் உயர்நிலைப்பள்ளியில் பணியாற்றிக்கொண்டிருந்த நமச்சிவாயம் என்ற ஆசிரியர் இதைக்கண்டு வருந்தினார், 'நம் பிள்ளைகள் சிறப்பாகப் பாடம் படிக்கவேண்டுமென்றால், இன்னும் நல்ல பாடப்புத்தகங்கள் வரவேண்டும்!' என்றார்.

'ஐயா, நீங்கள் சிறந்த கல்வியாளர், நீங்களே அந்தப் புத்தகங்களை எழுதலாமே!'

'எழுதலாம்தான். ஆனால், ஆசிரியர்கள் பாடப்புத்தகங்களை எழுதக்கூடாது என்று ஒரு தடை உள்ளதே!'

ஆக, நமச்சிவாயம் பாடப் புத்தகங்களை எழுத விரும்பினால், ஆசிரியப் பணியைத் தொடர இயலாது, அதனால் அவருடைய குடும்பத்துக்கு ஏற்படப்போகும் பொருளாதார இழப்புகள் அதிகம்.

அதேசமயம், அவருடைய இதயம் எண்ணற்ற மாணவர்களின் நலனுக்காகத் துடித்தது, அவர்களுக்கு எப்படியாவது உதவவேண்டும் என்று தீர்மானித்தார், அதற்காக, தன்னுடைய ஆசிரியப் பணியைத் துறக்கத் தீர்மானித்தார்.

அப்போது அந்தப் பள்ளியின் தலைமையாசிரியர் பெயர் பேட்ஸ். அவர் இதைக்கேட்டுப் பதறிப்போனார், 'ஏன் வேலையை விடுகிறீர்கள்?' என்று நமச்சிவாயத்திடம் கேட்டார். அவரும் விஷயத்தைச் சொன்னார்.

'கவலை வேண்டாம், நீங்கள் ஆசிரியப்பணியைத் தொடர்ந்தபடி பாடப்புத்தகங்கள் எழுதலாம், அதற்கு நான் அனுமதி பெற்றுத்தருகிறேன்' என்றார் பேட்ஸ். சொன்னபடி அதற்கான சிறப்பு அனுமதியை வாங்கித்தந்தார்.

அப்புறமென்ன? நமச்சிவாயர் முழுவேகத்துடன் பாடநூல்களை எழுதத்தொடங்கினார். அவை மிகச் சிறப்பானவையாக அமைந்தன, பல்லாயிரக்கணக்கான மாணவர்கள் அவற்றால் பலன் பெற்றார்கள். 1876ம் ஆண்டு காவேரிப்பாக்கத்தில் பிறந்த நமச்சிவாயர் அருமையான எழுத்தாளர்,

பாடப்புத்தகங்களைத்தவிர, ஜனகன், தேசிங்குராசன் போன்ற உரைநடை நூல்கள், 'கீசகன்', 'பிருதிவிராஜன்' போன்ற நாடகங்களின் ஆசிரியர், பல அரிய நூல்களுக்கு உரையெழுதியவர், பத்திரிகையாளராகவும் செயல்பட்டிருக்கிறார். எனினும், அவரது மிகச்சிறந்த பங்களிப்பு, சிறந்த பாடநூல்களை உருவாக்கியதுதான். இதற்காக, 'பைந்தமிழ் ஆசான்' என்று போற்றப்படுகிறார் அவர்.

நமச்சிவாயர் 1937ல் மறைந்தபோதும், அவர் உருவாக்கிய பாடப்புத்தகப் பாரம்பரியம் இன்றும் தொடர்கிறது, நமது தமிழ்ப் பாடநூல்களின் சிறப்புக்கு அவரே முன்னோடியாகத் திகழ்கிறார்!

68. எண்ணும் முறை

ஒரு கிரிக்கெட் போட்டி நடைபெற்றுக்கொண்டிருக்கிறது. இந்திய அணி எட்டுப் பந்துகளில் ஆறு ஓட்டங்கள் எடுக்கவேண்டும்.

பந்துவீச்சாளர் ஓடி வந்து பந்தை வீசுகிறார், இந்திய அணி வீரர் இரண்டு ஓட்டங்கள் எடுக்கிறார். இப்போது, இந்திய அணி ஏழு பந்துகளில் நான்கு ஓட்டங்கள் எடுக்கவேண்டும்.

போட்டி அப்படியே இருக்கட்டும், மேலேயுள்ள வாசகங்களைக் கூர்ந்து கவனியுங்கள், ஏதாவது பிரச்னை தெரிகிறதா?

'எட்டுப் பந்துகள்' என்று முதல் பத்தியில் எழுதியிருக்கிறோம், ஆனால், மூன்றாவது பத்தியில் 'ஏழு பந்துகள்' என்று எழுதுகிறோம். இது சரியா? அல்லது, 'ஏழுப் பந்துகள்' என்று எழுதவேண்டுமா?

ஓர் எண்ணுக்கு அடுத்தபடியாக க, ச, த, ப குடும்பத்தைச் சேர்ந்த வல்லின எழுத்துகள் வரும்போது, இந்த இலக்கண விதிமுறைகளைப் பின்பற்றவேண்டும்:

★ எட்டு, பத்து ஆகிய இரு எண்களுக்குமட்டும், இந்தச் சொற்களுக்கிடையே க், ச், த், ப் என்கிற வல்லின ஒற்றெழுத்துகள் மிகும்.

என். சொக்கன்

★ *மற்ற எந்த எண்ணுக்கும் ஒற்று மிகாது*

உதாரணமாக,

எட்டு + பந்துகள் => எட்டு'ப்' பந்துகள் (வலி மிகும்)

பத்து + பந்துகள் => பத்து'ப்' பந்துகள் (வலி மிகும்)

ஏழு + பந்துகள் => ஏழு பந்துகள் (வலி மிகாது)

நூறு + பந்துகள் => நூறு பந்துகள் (வலி மிகாது)

'எட்டு' என்ற எண்ணோடு, அதனால் எண்ணப்படுகிற ஒரு பொருள் வரும்போது, அது 'எண்' என்று மாறும். எடுத்துக்காட்டாக:

எட்டு + திசைகள் => எட்டு'த்' திசைகள் என்றும் எழுதலாம், 'எண்'திசைகள் என்றும் எழுதலாம். இரண்டும் ஒன்றையே குறிக்கின்றன.

இதேபோல் மற்ற பல எண்களும் அவற்றால் எண்ணப்படுகிற பொருள்களோடு சேரும்போது பலவிதமாக மாறும். அவற்றை இங்கே காணலாம்:

1 என்ற எண் 'ஒரு' என மாறும்: ஒன்று + கிளி => ஒரு கிளி

2 என்ற எண் 'இரு' என மாறும்: இரண்டு + மலர்கள் => இரண்டு மலர்கள் என்றும் எழுதலாம், இருமலர்கள் என்றும் எழுதலாம்

3 என்ற எண் 'மு' என மாறும்: மூன்று + மாணவர்கள் = மும்மாணவர்கள்

4 என்ற எண் 'நால்' என மாறும்: நான்கு + வகைகள் => நால்வகைகள்

5 என்ற எண் 'ஐ' என மாறும்: ஐந்து + குணங்கள் => ஐங்குணங்கள்

6 என்ற எண் 'அறு' என மாறும்: ஆறு + மான்கள் => அறுமான்கள்

7 என்ற எண் 'எழு' என மாறும்: ஏழு + சிறப்புகள் => எழுசிறப்புகள்

இதெல்லாம் சரி, கிரிக்கெட் போட்டி என்னவாயிற்று என்கிறீர்களா?

அடுத்த பந்தில் இந்திய வீரர் எல்லைக்கோட்டைத்தாண்டி பந்தை விரட்டிவிட்டார். இந்தியா நான்கு ஓட்டங்களைப் பெற்று வென்றது. மகிழ்ச்சிதானே!

★★★

69. பொழுதுகள்

ஆங்கிலேயர்கள் ஓராண்டை நான்கு பருவங்களாகப் பிரித்தார்கள்: *Spring, Summer, Autumn, Winter*. இதனைத் தமிழில் வசந்தகாலம், கோடைக்காலம், இலையுதிர்காலம், குளிர்காலம் என்பார்கள்.

ஆனால், இது வெறும் மொழிபெயர்ப்புதான். தமிழர்கள் ஆண்டை இவ்வாறு பிரிக்கவில்லை, இன்னும் நுணுக்கமாக, ஆறு பிரிவுகளாகப் பகுத்திருந்தார்கள். அவை:

1. கார்காலம்: கார் என்றால் கருமேகம்/மழைமேகம் என்று பொருள், மிகுதியாக மழைபொழியும் பருவம் என்பதால் இதற்கு இவ்வாறு பெயர் சூட்டப்பட்டது

2. குளிர்காலம்: இதனைக் 'கூதிர்காலம்' என்றும் அழைத்தார்கள்

3. முன்பனிக்காலம்

4. பின்பனிக்காலம்

5. இளவேனிற்காலம்: 'வேனில்' என்றால், வெப்பம் என்று பொருள், கோடைக்காலத்தின் தொடக்கம் என்பதால் இதனை 'இளவேனில்' என்றார்கள்.

6. முதுவேனிற்காலம்

இந்தக் காலங்கள் ஒவ்வொன்றும் ஆண்டின் எப்பகுதியில் வரும்?

தமிழ் மாதங்கள் மொத்தம் பன்னிரண்டு, அவற்றை ஆறு காலங்களாகப் பிரித்தால், ஒவ்வொன்றுக்கும் இரண்டு மாதங்கள்.

இதில் சித்திரை மாதமென்பது, ஆங்கில ஆண்டின் ஏப்ரல் மாதத்தின் மத்தியில் வருகிறது, அது இளவேனிற்காலம், இதனை நினைவில் வைத்துக்கொண்டால், மற்ற காலங்களை எளிதில் சொல்லிவிடலாம்:

சித்திரை, வைகாசி: இளவேனிற்காலம்

ஆனி, ஆடி: முதுவேனிற்காலம்

ஆவணி, புரட்டாசி: கார்காலம்

ஐப்பசி, கார்த்திகை: குளிர்காலம்

மார்கழி, தை: முன்பனிக்காலம்

மாசி, பங்குனி: பின்பனிக்காலம்

அது சரி, நீங்கள் பிறந்தது எந்த மாதத்தில்?

உடனே, ஜனவரி, பிப்ரவரி என்று ஆங்கில மாதத்தைச் சொல்லக்கூடாது, அதற்குரிய தமிழ் மாதம் எது என்று கண்டுபிடியுங்கள், உங்கள் வீட்டு மாதக்காட்டியிலேயே அது குறிப்பிடப்பட்டிருக்கும்.

அதன்பிறகு, மேற்சொன்ன ஆறு பருவங்களில் நீங்கள் பிறந்தபோது எந்தப் பருவம் இருந்தது என்று பாருங்கள், இதேபோல் உங்கள் நண்பர்களுக்கும் கண்டுபிடியுங்கள்!

இந்த ஆறு பருவங்களையும், 'பெரும்பொழுது'கள் என்பார்கள். அதாவது, ஓர் ஆண்டின் பெரிய பகுதிகள் இவை.

இதேபோல், தமிழர்கள் 'சிறுபொழுது'களையும் வகுத்திருந்தார்கள். இவை, ஒரு நாளை ஆறு பகுதிகளாகப் பிரித்திருந்தன.

எண். சொக்கன்

ஒரு நாளுக்கு 24 மணி நேரம், ஆறு சிறுபொழுதுகள், ஆகவே, ஒவ்வொரு சிறுபொழுதும் நான்கு மணி நேரம்:

1. காலை: காலை 6 மணிமுதல் 10 மணிவரை

2. நண்பகல்: காலை 10 மணிமுதல் மதியம் 2 மணிவரை

3. எற்பாடு: மதியம் 2 மணிமுதல் மாலை 6 மணிவரை

4. மாலை: மாலை 6 மணிமுதல் இரவு 10 மணிவரை

5. யாமம்: இரவு 10 மணிமுதல் அதிகாலை 2 மணிவரை

6. வைகறை: அதிகாலை 2 மணிமுதல் காலை 6 மணிவரை

இந்தக் கட்டுரையை நீங்கள் படிக்கும் சிறுபொழுது எது?

70. பிள்ளைத்தமிழ்

காந்தி சிறுகுழந்தையாக இருந்தபோது, அவருடைய தாய் அவரை எப்படிக் கொஞ்சியிருப்பார்?

வேறென்ன? மானே, தேனே, முத்தே, மணியே... இப்படியெல்லாம் குஜராத்தியில் கொஞ்சியிருப்பார்.

இப்போது, உங்களைக் காந்தியின் தாயாகக் கற்பனை செய்துகொள்ளுங்கள், உங்கள் முன்னே ஒரு சிறுவன் தளர்நடையிட்டு ஓடிவருகிறான், அவன்தான் மோகன்தாஸ், வருங்கால மகாத்மா!

இந்தச் சூழ்நிலையில், அந்தச் சிறுவனை எப்படிக் கொஞ்சுவீர்கள்?

அவர்தான் வருங்காலத்தில் மகாத்மா காந்தி என்பது தெரிந்துவிட்டபிறகு, வழக்கமான மானே, தேனே எல்லாம் வராதல்லவா? 'ஆங்கிலேயனை விரட்டப்போகிறவனே', 'அகிம்சை எனும் ஆயுதத்தால் வெல்லப்போகிறவனே' என்றெல்லாம் கொஞ்சுவீர்களல்லவா?

இந்த வித்தியாசமான கற்பனைதான், தமிழின் 'பிள்ளைத்தமிழ்' நூல்களுக்கு ஆதாரம். கவிஞர்கள் ஒரு கடவுளையோ

தலைவரையோ குழந்தையாகக் கற்பனை செய்துகொண்டு பாடுவார்கள், அதில் அவர்களுடைய சிறுவயதுத்தன்மையும் இருக்கும், அதேசமயம், அவர்களுடைய பெருமைகளும் பாடப்படும், இதன்மூலம் ஓர் அருமையான வாசிப்புச்சுவை கிடைக்கும்.

'பிள்ளைத்தமிழ்' நூல்களுக்கு வித்திட்டவர், பெரியாழ்வார். கண்ணனைக் குழந்தையாகக் கருதி ஏராளமான பாடல்களைப் பாடியிருக்கிறார் அவர்.

அதன்பிறகு, தமிழில் ஏகப்பட்ட பிள்ளைத்தமிழ் நூல்கள் எழுதப்பட்டுள்ளன, ஒவ்வொன்றும் அருமையான வர்ணனைகளுடன் ஒவ்வொரு சுவையில் அமைந்தவை. சில உதாரணங்கள்:

★ மதுரை மீனாட்சியம்மை பிள்ளைத்தமிழ் (குமரகுருபரர்)

★ முத்துக்குமாரசாமி பிள்ளைத்தமிழ் (குமரகுருபரர்)

★ வேங்கடேசர் பிள்ளைத்தமிழ் (தெய்வநாயகர்)

★ அமுதாம்பிகை பிள்ளைத்தமிழ் (சிவஞானமுனிவர்)

★ காந்தி பிள்ளைத்தமிழ் (ராய. சொக்கலிங்கம்)

பிள்ளைத்தமிழின் உட்பிரிவுகளைப் 'பருவம்' என்று அழைப்பார்கள். இந்தப் பருவங்கள் ஆண் குழந்தைகளுக்கும் பெண் குழந்தைகளுக்கும் சற்றே மாறுபடும்:

இருபாலருக்கும் பொதுவான பருவங்கள்:

★ காப்புப் பருவம் (குழந்தையைத் தெய்வங்கள் காக்கவேண்டிப் பாடுவது)

★ செங்கீரைப் பருவம் (குழந்தையின் தலை செங்கீரைபோல் ஆடும் அழகைப் பாடுவது)

★ தாலாட்டுப் பருவம்

★ சப்பாணிப் பருவம் (குழந்தை சப்பாணி கொட்டும் அழகைப் பாடுவது)

- முத்தப் பருவம் (குழந்தையின் முத்தத்தைப் பாடுவது)
- வருகைப் பருவம் (குழந்தையை நடந்து வரச்சொல்லி அழைத்துப் பாடுவது)
- அம்புலிப் பருவம் (குழந்தையோடு விளையாட நிலாவை அழைத்துப் பாடுவது)

ஆண்பாற் பிள்ளைத்தமிழுக்குரிய பருவங்கள்:

- சிற்றில் சிதைத்தல் (சிறுமிகள் மணலில் சிறு வீடு கட்டி விளையாடுகிறார்கள், குழந்தை அதனை அழிக்க வருகிறது, 'நாங்கள் கட்டிய வீட்டை அழிக்கவேண்டாம்' என்று சிறுமிகள் அதனிடம் கேட்கிறார்கள்)
- சிறுபறை முழங்கல் (குழந்தை சிறிய பறையைக் கொட்டி விளையாடும் அழகைப் பாடுவது)
- சிறுதேர்ப் பருவம் (குழந்தை சிறிய தேரை இழுத்து விளையாடும் அழகைப் பாடுவது)

பெண்பாற் பிள்ளைத்தமிழுக்குரிய பருவங்கள்:

- நீராடல் (குழந்தையை நீராட அழைத்துப் பாடுவது)
- அம்மானை (குழந்தை அம்மானை என்கிற விளையாட்டை ஆடும் அழகைப் பாடுவது)
- ஊசல் (குழந்தை ஊஞ்சல் ஆடும் அழகைப் பாடுவது)

71. சித்திரகவி

கவிஞர்கள் எப்படிக் கவிதை எழுதுவார்கள்?

எல்லாரையும் போல்தான். ஒரு தாளை எடுத்துக்கொண்டு முதல் வரியில் தொடங்கி இடமிருந்து வலமாக எழுதுவார்கள், பின்னர் மேலிருந்து கீழாக அடுத்தடுத்த வரிகளை எழுதுவார்கள்.

சரி, ஒவ்வொரு வரியிலும் எத்தனை சொற்கள் இருக்கும்?

புதுக்கவிதைக்கு அதுபோன்ற கட்டுப்பாடுகள் எவையும் இல்லை. அவர்கள் முதல் வரியில் ஐந்து சொற்களை எழுதுவார்கள், இரண்டாவது வரியில் ஒரே ஒரு சொல், மூன்றாவது வரியில் எட்டுச் சொற்கள், நான்காவது வரியில் இரண்டு சொற்கள் என்று விருப்பப்படி எழுதுவார்கள், வடிவத்தைவிட, விஷயத்துக்கு அதிக முக்கியத்துவம் தருவார்கள்.

அதோடு ஒப்பிடும்போது, மரபுக்கவிதை ஒரு கண்டிப்பான வாத்தியாரைப்போல, வரிக்கு இத்தனை சொற்கள்தான் இருக்கவேண்டும் என்று கட்டுப்பாடுகள் உண்டு.

இதனால், மரபுக்கவிதை எழுதுகிறவர்கள் ஒவ்வொரு வரியிலும் கிட்டத்தட்ட ஒரே அளவு சொற்களை எழுதுவார்கள்,

உதாரணமாக, முதல் வரியில் நான்கு சொற்கள் என்றால், அடுத்த வரிகளிலெல்லாம் அதேபோல் நான்கு சொற்களே வரும், சொல்லிப்பார்த்தால் எல்லா வரிகளும் ஒரே நீளமாக இருக்கும்.

அதேசமயம், வெண்பா போன்ற சில மரபுக்கவிதை வடிவங்களுக்கு இது பொருந்தாது, ஆங்காங்கே ஓரிரு வரிகளின் அளவு மாறலாம், ஆனால் பெரும்பாலும் ஓர் ஒழுங்கு, ஒத்திசைவுத்தன்மை இருக்கும். எழுதிமுடித்த கவிதையைப் பார்த்தால் ஒரு சித்திரம்போலத் தெரியும்.

அட, நிஜமாகவே சித்திரகவி என்றொரு மரபுக்கவிதை வடிவம் இருக்கிறது, தெரியுமா?

உண்மைதான். கவிதையும் ஓவியமும் கலக்கிற ஒரு வித்தியாசமான வடிவம் அது. நமது பழங்காலக் கவிஞர்கள் இதில் கைதேர்ந்தவர்களாக இருந்திருக்கிறார்கள்.

அதென்ன சித்திரகவி?

ஒரு சித்திரம் வரைந்துகொள்வார்கள், பின்னர் அதில் எழுத்துகளை நிரப்புவார்கள். அதைச் சேர்த்துப்படித்தால் ஒரு கவிதை கிடைக்கும்.

உதாரணமாக, 'சக்கர பந்தம்' என்றொரு சித்திரகவி. சக்கரம் போல் படம் வரைந்து, அதில் எழுத்துகளை நிரப்புவார்கள். இதோ இந்தப் படத்தைப் பாருங்கள்: *http://www.tamilvu.org/ courses/diploma/a021/a0214/images/a02146sa.jpg*

இந்தச் சக்கரத்தின் மையத்தில் 'மே' என்ற எழுத்து தெரிகிறதா? அங்கே தொடங்கி இடப்பக்கமாக வந்து, மேலே சென்று மீண்டும் கீழே இறங்கினால் 'மேரு சாபமு மேவுமே' என்று வருகிறதா? அதுதான் முதல் வரி.

இதேபோல், மீண்டும் 'மே' என்ற எழுத்தில் தொடங்கி, மேலே சென்று, கீழே இறங்கி, இடப்பக்கம் வந்தால், 'மேவு மேயுண் வாலமே' என்று வருகிறதல்லவா? அதுதான் இரண்டாவது வரி. இப்படி மூன்றாவது, நான்காவது வரிகளையும் படித்தால்,

முழுப்பாடல் இப்படிக் கிடைக்கும்:

மேரு சாபமு மேவுமே
மேவு மேயுண வாலமே
மேல வாமவ னாயமே
மேய னானடி சேருமே

இந்தப் பாட்டுக்கு என்ன பொருள்?

மேரு சாபமும் மேவுமே: (சிவபெருமானுக்கு) மேருமலை வில்லாகும்

மேவுமே உணவு ஆலமே: அவருடைய உணவு, ஆலகால நஞ்சு

மேலவாம் அவன் ஆயமே: அவருடைய பூதகணங்கள் சிறந்தவை

மேயனான் அடி சேருமே: அத்தகைய சிவனின் திருவடிகளைச் சேருங்கள்

இப்போது, படத்தை மீண்டும் பாருங்கள், எவ்வளவு திறமையாக இந்தப் பாடலைக் கவிஞர் அமைத்திருக்கிறார் என்பது புரியும்.

இங்கே நாம் பார்ப்பது நான்கு ஆரங்கள் கொண்ட சிறிய சக்கரம், இதேபோல் இன்னும் பெரிய சக்கரங்கள், அதைவிடச் சிக்கலான தேர், பாம்புகளின் பின்னல் போன்ற படங்களையெல்லாம் வைத்துச் சிறப்பான சித்திரகவிகளை எழுதியிருக்கிறார்கள். இவற்றையெல்லாம் வாசிக்கும்போது, தமிழின் சொல்வளப் பெருமையும், தமிழ்க்கவிஞர்களின் உழைப்பும் முனைப்பும் கவித்திறனும் புலப்படுகிறது!

72. கரகாட்டம்

கரகாட்டம் பார்த்திருக்கிறீர்களா?

பலர் திரைப்படத்தில், தொலைக்காட்சியில் பார்த்திருப்பீர்கள், சில அதிர்ஷ்டசாலிகள் கிராமத்திருவிழாவில் எங்கேனும் நேரில் ரசித்திருக்கலாம்.

பார்ப்பதற்கு மிக அழகான, அதேசமயம், ஆடுவதற்கு மிகச் சவாலான கிராமியக்கலைகளில் ஒன்று கரகாட்டம். நமது தமிழகத்தின் பாரம்பரியமான நடனம் இது, பல தலைமுறைகளாகக் கோயில் திருவிழாக்களிலும் பொது நிகழ்ச்சிகளிலும் ஏராளமான கிராமியக்கலைஞர்கள் இதனை முன்னெடுத்துவருகிறார்கள்.

கரகம் + ஆட்டம் என்பதுதான் 'கரகாட்டம்' என ஆனது, அதாவது, கரகத்தை வைத்து ஆடுவது. தமிழில் 'கரகம்' என்ற சொல்லுக்குப் பல பொருள்கள் உண்டு. அவை பெரும்பாலும் குடம் அல்லது அந்த வடிவான ஒரு பாத்திரத்தைக் குறிக்கின்றன.

இச்சொல் பழந்தமிழ் இலக்கியங்களிலும் வருகிறது. உதாரணமாக, தொல்காப்பியத்தில் அந்தணர்களுக்கு உரிய பொருள்களைப்

பட்டியலிடும்போது, 'நூலே, கரகம், முக்கோல், மணையே' என்கிறார் தொல்காப்பியர். அதாவது, நூல், கரகம் என்கிற கமண்டலம், அவர்களுடைய கையில் ஏந்தியிருக்கும் முக்கோல், அமர்வதற்கான பலகை (மணை).

இங்கே 'கரகம்' என்பது, தண்ணீர் நிரப்பிக் கையில் கொண்டுசெல்லக்கூடிய 'கமண்டலம்' என்ற சிறு பாத்திரத்தைக் குறிக்கிறது. கரகாட்டத்தில் வரும் 'கரகம்'கூட அதேமாதிரியானதுதான், ஆனால் அளவில் பெரியது.

சிலப்பதிகாரத்தில் 'நீள்நிலம் அளந்தோன் ஆடிய குடமும்' என்றொரு வரி வருகிறது, இதன் பொருள், 'நீண்ட நிலத்தை அளந்தவன் (திருமால்) குடத்தைக்கொண்டு ஆடிய நடனம்.'

திருமால் எப்போது குடக்கூத்து ஆடினார்?

அநிருத்தன் என்பவன், திருமாலின் பேரன். அவனை வாணன் என்பவன் பிடித்துச் சிறைவைத்திருந்தான். அப்போது அநிருத்தனை விடுவிப்பதற்காகத் திருமால் வாணனின் ஊருக்குச் செல்கிறார், அங்கே குடக்கூத்து ஆடுகிறார். இந்தக் 'குடக்கூத்து'தான், இன்றைய கரகாட்டத்தின் முன்னோடி என்கிறார்கள்.

கரகாட்டத்துக்கான 'கரக'த்தைச் செம்பு அல்லது பித்தளையில் செய்கிறார்கள், மண்ணால் செய்கிற கரகமும் உண்டு. அதற்குள் மண் அல்லது அரிசியைப் போட்டு, அதன் வாயைத் தேங்காய் கொண்டு மூடிவிடுவார்கள், பிறகு அதன்மீது ஒரு குடையைப் பொருத்தி, கிளி, புறா போன்ற ஓர் உருவத்தையும் அமைப்பார்கள், இதனைத் தலையில் வைத்துக் கரகாட்டம் ஆடுவார்கள்.

கரகாட்டத்தின் மிகப்பெரிய சவால், அவர்கள் எப்படிதான் உடலை அசைத்து ஆடினாலும், தலையிலுள்ள கரகம் சாய்ந்து விழுந்துவிடக்கூடாது. அதற்கேற்ப அவர்கள் தங்களைச் சமநிலைப்படுத்திக்கொள்ளவேண்டும், இது அனுபவத்தால் கிடைக்கிற அறிவுதான்!

பொதுவாகக் கரகாட்டம் இருவகைகளாகப் பிரிக்கப்படுகிறது:

★ *சக்திக்கரகம்:* கோயில் திருவிழாவின்போது தெய்வ வழிபாட்டுக்காக ஆடுவது

★ *ஆட்டக்கரகம்:* பொழுதுபோக்குக்காக ஆடப்படும் தொழில் முறைக் கரகம்

முன்பெல்லாம் கரகாட்டத்தை ஆண்கள்தான் அதிகம் ஆடிக்கொண்டிருந்தார்கள், இப்போது பெண்களும் இக்கலையில் ஆர்வத்துடன் பங்குபெறுகிறார்கள்.

அதேசமயம், மற்ற பல கிராமியக்கலைகளைப்போலவே, இதற்கும் ஆதரவு குறைந்துகொண்டிருக்கிறது. கிராம விழாக்களில்கூட, பிற பொழுதுபோக்கு நிகழ்ச்சிகளுக்குதான் அதிகக் கூட்டம் வருகிறது. இதனால், கரகாட்டத்தை மரபுவழியாக நிகழ்த்திக்கொண்டிருக்கும் கலைஞர்கள் பாதிக்கப்படுகிறார்கள், இதிலுள்ள பொருளாதாரச் சிரமங்களால், தங்களுடைய பிள்ளைகள் வேறு வேலைகளுக்குச் சென்றுவிடுவதே சிறந்தது என்று அவர்கள் எண்ணக்கூடும்.

கரகாட்டம் போன்ற பாரம்பரியக் கலைகளைப் பாதுகாப்பதற்காக, அரசாங்கமும் தனியார் அமைப்புகளும் முனைந்து வருகின்றன. இதன்மூலம் நகரங்களிலும் இந்தக் கலையை நிகழ்த்திக் காட்டுவது, மாணவர்களுக்கு இதனைக் கற்றுத்தந்து ஆர்வத்தைப் பெருக்குவது எனப் பல முயற்சிகள் தொடங்கியுள்ளன.

உலகமயமாக்கலினால் நாம் எத்தனையோ மேற்கத்தியக் கலைகளைப் பார்த்து ரசிக்கிறோம், அதேநேரம் நமது பாரம்பரியத்தையும் அடுத்தடுத்த தலைமுறைகளுக்குக் கொண்டுசெல்வது நம் கடமையல்லவா!

73. அழகிய விகாரம்

ஒரு சிறுவன் ஓவியம் வரைகிறான். அதில் ஒருவருக்கு நான்கு விரல்கள்மட்டுமே வரைந்திருக்கிறான்.

அதுமட்டுமா? இரண்டு காதுகளுக்குப்பதில் மூன்றாவதாக ஒரு காது வரைந்திருக்கிறான்.

அச்சச்சோ, அதோ பாருங்கள், மூக்கு முக்கோண வடிவில் இல்லாமல் நீள்வட்டமாக இருக்கிறது.

இதையெல்லாம் பார்த்து நாம் முகத்தைச் சுளிக்கிறோம், 'அய்யே, இது விகாரமா இருக்கு!' என்கிறோம்.

'விகாரம்' என்ற சொல்லுக்குப் பல பொருள்கள் உண்டு. இங்கே அதற்கு 'அவலட்சணம்'/'அழகின்மை' என்று பொருள்.

வழக்கமாக ஐந்து விரல்கள் இருக்கும் இடத்தில் நான்கு விரல்கள் இருந்தால் அழகில்லை என்கிறோம். இரண்டு காதுகள் இருக்கும் இடத்தில் மூன்று காதுகள் இருந்தால் அழகில்லை என்கிறோம், முக்கோண வடிவத்தில் இருக்கவேண்டிய மூக்கு நீள்வட்டமாக இருந்தால், அழகில்லை என்கிறோம்.

உண்மையில் அழகு என்பது நம்முடைய பார்வையில்தான் இருக்கிறது. இதே மூன்று விஷயங்களும் இன்னோர் இடத்தில் அழகாகிவிடுகின்றன, 'விகாரம்' என்ற சொல்லே அழகாகிவிடுகிறது.

அது எந்த இடம் தெரியுமா?

இரு சொற்கள் இணையும்போது அவற்றினிடையே நிகழக்கூடிய மாற்றங்களைப் புணர்ச்சி இலக்கணம் விவரிக்கிறது, அதில் ஒரு பகுதி, 'விகாரப்புணர்ச்சி'.

இங்கே 'விகாரம்' என்ற சொல்லின் பொருள், அவலட்சணம் அல்ல, 'மாற்றம்' என்பதுதான்.

விகாரப்புணர்ச்சியைத் 'திரிபுப் புணர்ச்சி என்றும் சொல்வார்கள். இங்கே 'திரிபு' என்ற சொல்லும் 'மாற்றம்' என்ற பொருளில்தான் வருகிறது.

மொத்தம் மூன்றுவிதமான திரிபுகள் உள்ளன:

1. தோன்றல்
2. கெடுதல்
3. திரிதல்

'தோன்றல்' என்றால், தோன்றுதல், இரண்டு காது இருக்கவேண்டிய இடத்தில் மூன்று காதுகள் இருப்பதைப்போல, இரு சொற்கள் இணையும் இடத்தில் அங்கே இல்லாத ஒரு புதிய எழுத்து தோன்றும்.

உதாரணமாக: கிழக்கு + கரை => கிழக்குக் கரை. இங்கே 'க்' என்ற புதிய எழுத்து தோன்றியுள்ளது. ஆகவே, இது 'தோன்றல்' என்ற விகாரப்புணர்ச்சியாகும்.

'கெடுதல்' என்றால், கெட்டுப்போதல், ஐந்து விரல்கள் இருக்கவேண்டிய இடத்தில் நான்கு விரல்கள்மட்டுமே இருப்பதுபோல, ஏற்கெனவே அங்கே இருக்கும் ஓர் எழுத்து அழிந்துவிடுதல்.

உதாரணமாக: மணம் + மலர் => மணமலர். இங்கே 'மணம்' என்பதில் இருந்த 'ம்' என்ற எழுத்து கெட்டுள்ளது. ஆகவே, இது 'கெடுதல்' என்ற விகாரப்புணர்ச்சியாகும்.

'திரிதல்' என்றால், திரிந்துபோதல், மாறிப்போதல், முக்கோணமாக இருக்கவேண்டிய மூக்கு நீள்வட்டமாக மாறுவதுபோல, ஏற்கெனவே அங்கே இருக்கும் ஓர் எழுத்து இன்னோர் எழுத்தாக மாறிப்போதல்.

உதாரணமாக: முள் + செடி => முட்செடி. இங்கே 'ள்' என்ற எழுத்து 'ட்' என்ற எழுத்தாகத் திரிந்துள்ளது. ஆகவே, இது 'திரிதல்' என்ற விகாரப்புணர்ச்சியாகும்.

இலக்கணத்தில் விகாரமும் அழகுதான்!

★★★

74. தங்கையா? அக்காளா?

சில சிறுமிகள் சேர்ந்து விளையாடிக்கொண்டிருந்தார்கள்.

'நாம மரம் நட்டு விளையாடலாமா?' என்றாள் ஒருத்தி.

'நம்மகிட்ட ஏது மரம்?' என்றாள் இன்னொருத்தி.

'அட, மரம்ன்னா மரமே நடுவாங்களா? விதையை நட்டுவெச்சா நாளைக்கு அது மரமா வளரும்!' என்று விளக்கினாள் முதல் சிறுமி.

உடனே, அவர்கள் மணலில் விதையை நட்டுவைத்து விளையாடினார்கள், அதற்கு நீரூற்றினார்கள்.

சில நாளில் அந்த விதையிலிருந்து ஒரு முளை தோன்றியது, அது செடியாக, மரமாக வளர்ந்தது.

அப்போது, அந்தச் சிறுமியின் தாய் அவளிடம் சொல்கிறாள், 'பெண்ணே, இந்த மரம், உன்னுடைய தங்கை!'

இந்த அழகான காட்சி, நற்றிணையில் வருகிறது. இதில் வரும் தாயும் மகளும் ஒரு மரத்தைத் தங்கள் குடும்ப உறுப்பினராக எண்ணுகிறார்கள், இதன்மூலம், பழங்காலத் தமிழர்கள் இயற்கைக்குத் தந்த முக்கியத்துவம் புரிகிறது.

ஆனால், இந்தப் பாடலை முன்வைத்து ஒரு பிரபலமான இலக்கியச் சர்ச்சை உண்டு: அந்தப் புன்னைமரம், அந்தச் சிறுமியின் தங்கையா, அக்காளா?

நற்றிணைப் பாடல் அந்த மரத்தைப்பற்றிச் சொல்வது இதுதான்: 'நுவ்வை ஆகும்'.

'நுவ்வை' என்றால், 'தங்கை' என்று பொருள். அந்தச் சிறுமி நட்டுவைத்த மரம்தானே அது? அவளுக்குப்பிறகு பிறந்ததுதானே? ஆகவே, அதைத் தங்கை என்று சொல்வதுதானே பொருத்தமாக இருக்கும்?

தமிழ்ப் பேரகராதியில் 'நுவ்வை' என்பதற்குத் 'தங்கை' என்ற பொருள்தான் தரப்பட்டிருக்கிறது. நாராயண ஐயர், இராமையாப் பிள்ளை போன்ற அறிஞர்களும் இந்தப் பொருளைத்தான் ஏற்றுக்கொண்டுள்ளார்கள் என்கிறார் செ. வை. சண்முகம்.

ஆனால், மற்றொரு தமிழறிஞரான தொ.பொ.மீனாட்சிசுந்தரனார் இதனை ஏற்றுக்கொள்ளவில்லை. அவர் 'நுவ்வை' என்பதற்கு 'அக்காள்' என்ற பொருளை எடுத்துக்கொள்கிறார்.

அதெப்படி? சிறுமி வளர்ந்த புன்னைமரம் அவளுக்கே அக்காள் ஆகுமா?

அது சிறுமி வளர்த்த புன்னைமரம் என்பது உண்மைதான், ஆனால், அதை வளர்த்த சிறுமி இவளல்ல, இவளுடைய தாய் என்கிறார் தொ.பொ.மீ.

அதாவது, ஒரு சிறுமி புன்னைமரத்தை நட்டு வளர்க்கிறாள், அவள் வளர்ந்து பெரியவளாகித் திருமணம் செய்துகொள்கிறாள், அவளுக்கொரு பெண் குழந்தை பிறக்கிறது, வளர்கிறது, அதே புன்னைமரத்தின் அருகே விளையாடுகிறது, அப்போது அந்தத் தாய் சொல்கிறாள், 'மகளே, இந்தப் புன்னைமரம் உனக்கு அக்கா.'

நியாயமான விளக்கம்தான். ஆனால், நம் ஊரில் திருமணமான பெண்கள் கணவன் வீட்டுக்குச் சென்றுவிடுவதுதானே வழக்கம்? புன்னைமரத்தை வளர்த்த பெண்ணும் அப்படி வேறு வீட்டுக்குச்

சென்றுவிட்டால், அதே மரத்தின் அடியில் அவளுடைய மகள் எப்படி விளையாடமுடியும்?

இதற்கும் தொ.பொ.மீ. ஓர் அழகான விளக்கம் சொல்கிறார்:

சிறுவயதுமுதல் அவள் அந்தப் புன்னைமரத்தை ஆசையோடு வளர்க்கிறாள், அவளுக்குத் திருமணமாகிறது, கணவன் வீட்டுக்குச் செல்லவேண்டிய நேரம், தன்னுடைய புன்னைமரத்தைப் பிரிந்துசெல்ல இயலாமல் தவிக்கிறாள்.

இதைக்கண்ட அவளுடைய கணவன், தன் மனைவியைத் தேற்றுகிறான், 'கவலைப்படாதே, நீ என் வீட்டுக்கு வரவேண்டியதில்லை, அதற்குப்பதிலாக நானே உன் வீட்டுக்கு வந்துவிடுகிறேன், நீ உன்னுடைய புன்னைமரத்தைப் பிரியாமல் வாழலாம்!' என்கிறான்.

மரக்காதலைப் புரிந்துகொண்ட மனிதக்காதல், என்ன அழகு!

75. திரிகடுகம்

மக்களுக்குப் பயனுள்ள பல விஷயங்களை ஒரு நூலாக எழுதுகிறீர்கள். அதற்கு என்ன பெயர் வைப்பீர்கள்?

'இனிய சிந்தனைகள்' என்று வைக்கலாம், 'பயன்தரும் உண்மைகள்' என்று வைக்கலாம், 'சுவையான கருத்துகள்' என்று வைக்கலாம்... இதையெல்லாம் விட்டுவிட்டு, யாராவது தங்களுடைய நூலுக்குக் 'காரமான விஷயங்கள்' என்று பெயர் வைப்பார்களோ?

அப்படிப் பெயர் வைத்தவர் ஒருவர் உண்டு. அவருடைய நூலை நாம் இன்றைக்கும் படித்துக்கொண்டிருக்கிறோம்!

அந்தப் புலவர், நல்லாதனார், அந்த நூல், திரிகடுகம்.

கோபமாக இருக்கும்போது, 'பயங்கர கடுப்புல இருக்கேன்' என்று சொல்வோமல்லவா? யாராவது உர்ரென்று அமர்ந்திருந்தால், 'ஏன் முகத்தைக் கடுகடுன்னு வெச்சுக்கிட்டிருக்கே?' என்று கேட்கிறோமல்லவா? இங்கெல்லாம் 'கடுப்பு' என்பதன் பொருள், காரம், கார்ப்பு, அதாவது உறைப்பு.

இதிலிருந்து வந்த சொல், 'கடுகம்', இதன் பொருள், காரமான, கடுக்கின்ற பொருள். இப்படி மூன்று 'கடுகம்'கள் சேர்ந்தால், திரிகடுகம்.

அந்த மூன்று பொருள்கள்: சுக்கு, மிளகு, திப்பிலி, இவை மூன்றும் இயற்கையாகவே காரச்சுவை கொண்டவை.

குணத்தில் காரம் நமக்குப் பிடிக்காது, ஆனால் உணவில் காரத்தைப் பலரும் விரும்புகிறோம், 'காரசாரமா நல்ல சமையல்' என்று பாராட்டுகிறோம்.

உதாரணமாக, மிளகை அப்படியே சமையலில் போடுகிறோம், அதனைத் தூளாக்கிச் சேர்க்கிறோம், இதன்மூலம் உணவின் சுவை கூடுகிறது.

சுக்கு என்பது, உலர்த்தப்பட்ட இஞ்சி, இதுவும் நல்ல காரச்சுவை கொண்டது.

திப்பிலி என்பது சற்றே நீளமான மிளகைப்போலிருக்கும். சுவையும் கிட்டத்தட்ட மிளகுபோலவேதான்.

இப்படித் தனித்தனியே காரமான இந்த மூன்று பொருள்களும் ஒன்றாகச் சேரும்போது, காரமான ஒரு மருந்து கிடைக்கிறது, அதுதான் 'திரிகடுகம்'.

மருந்தின் பெயரை நல்லாதனார் ஏன் தன்னுடைய நூலுக்கு வைக்கவேண்டும்?

உடலுக்கு ஒரு பிரச்னை வந்தால், மருந்து சாப்பிட்டுக் குணமாகிறோம், அதுபோல, மனிதன் நடந்துகொள்ளும் விதத்தில் ஏதேனும் பிரச்னை வந்தால், இந்தத் திரிகடுகத்தை வாசித்து நல்ல விஷயங்களைத் தெரிந்துகொள்ளலாம், மனம் திருந்தலாம், ஆகவே, இது திரிகடுகம்.

இன்னொரு காரணம், திரிகடுகத்தில் உள்ள ஒவ்வொரு பாடலிலும் மூன்று கருத்துகள் சொல்லப்பட்டிருக்கும், சுக்கு, மிளகு, திப்பிலிபோல் இந்தக் கருத்துகள் ஒன்றுசேர்ந்து நமக்கு நல்லுண்மைகளை விளக்குகின்றன.

உதாரணமாக, இந்தப் பாடலைப் பாருங்கள்:

'உண்பொழுது நீர் ஆடி உண்டலும், என் பெறினும்
பால்பற்றிச் சொல்லா விடுதலும், தோல் வற்றிச்

> 'சாயினும் சான்றாண்மை குன்றாமை, இம்மூன்றும்
> தூஉயம் என்பார் தொழில்.'

தூயவர்கள் என்னென்ன செய்வார்கள் தெரியுமா? பசிக்கும்பொழுது, குளித்துவிட்டுதான் சாப்பிடுவார்கள், எந்தச் சிரமமான சூழ்நிலையிலும் பொய் பேசமாட்டார்கள், வயதாகித் தளர்ந்த காலத்திலும் நல்ல குணங்களை இழந்துவிடமாட்டார்கள்.

இப்படி நூறு பாடல்கள், ஒவ்வொன்றிலும் மூன்று கருத்துகள் என அமைந்த திரிகடுகத்தை எழுதியவர், 'நல்லாதனார்', கிபி இரண்டாம் நூற்றாண்டைச் சேர்ந்தவர். இவரைப்பற்றி இன்னும் தெரிந்துகொள்ள, இந்நூலின் பாயிரம் உதவுகிறது:

> 'செல்வத் திருத்து உளார் செம்மல், செரு அடு தோள்
> நல்லாதன்.'

இதை வைத்துப் பார்க்கும்போது, இவர் பிறந்த ஊரின் பெயர் 'திருத்து' என்று தெரியவருகிறது, இந்த ஊர் இப்போதைய திருநெல்வேலி மாவட்டத்தில் உள்ளதாகச் சொல்கிறார்கள்.

'செரு அடு தோள் நல்லாதன்' என்பதன் பொருள், போரிலே மோதுகிற தோள்களைக்கொண்ட நல்லாதனார், இதன்மூலம், திரிகடுகத்தின் ஆசிரியர் ஒரு போர் வீரராக இருந்திருக்கவேண்டும் என்று கணிக்கிறார்கள் அறிஞர்கள்.

அவர் வில்லேந்திப் போர் செய்தாரா என்பதற்கு ஆதாரம் இல்லை, சொல்லேந்தி அவர் செய்த பாடல்கள் திரிகடுகமாக நமக்கு வாசிக்கக் கிடைக்கின்றன, மருந்து கொஞ்சம் காரமாக இருந்தாலென்ன, குடித்து நோயைத் தீர்த்துக்கொள்ள வேண்டியதுதான்!

76. திருக்குறள் படித்த காந்தி

காந்தியின் வாழ்க்கையைப் படிக்கும்போது, 'இவர் திருவள்ளுவர் சொன்னதுபோலவே வாழ்ந்திருக்கிறாரே' என்று பல தருணங்களில் தோன்றும். ஆனால், காந்தி உண்மையில் திருக்குறளைப் படித்திருக்கிறாரா?

காந்திக்குத் தமிழ் தெரியாது. ஆனால், ஒருவேளை திருக்குறளின் ஆங்கில மொழிபெயர்ப்பைப் படித்திருப்பாரோ? இந்தத் திசையில் விசாரித்தால் ஒரு வியப்பூட்டும் விஷயம் தெரியவருகிறது.

நிஜமாகவே காந்தி திருக்குறளைப் படித்திருக்கிறார், ஆனால், நேரடி மொழிபெயர்ப்பில் அல்ல, தமிழிலிருந்து ரஷ்யமொழிக்குச் சென்று, பிறகு அங்கிருந்து ஆங்கிலத்துக்கு வந்து காந்தியைச் சென்றடைந்திருக்கிறார் திருவள்ளுவர்.

இந்த அதிசயம் எப்படி நிகழ்ந்தது?

சென்ற நூற்றாண்டின் தொடக்கத்தில், இந்தியா சுதந்திரத்துக்காகப் போராடிக்கொண்டிருந்த நேரம். தாரக்நாத் தாஸ் என்ற பேராசிரியர், புகழ்பெற்ற ரஷ்ய எழுத்தாளரான லியோ

டால்ஸ்டாய்க்கு ஒரு கடிதம் எழுதினார், இந்திய விடுதலைப் போராட்டத்துக்கு அவருடைய ஆதரவைக் கோரினார். 1908ம் வருடம் டிசம்பர் 14ம் தேதி, லியோ டால்ஸ்டாய், தாரக்நாத் தாஸுக்குப் பதில் எழுதினார். அந்தக் கடிதத்தின் பெயர், '*A Letter To A Hindu*'.

லியோ டால்ஸ்டாயின் இந்தக் கடிதம் *Free Hindustan* என்ற செய்தித்தாளில் பிரசுரிக்கப்பட்டது. அதன்பிறகு, இந்தக் கடிதம் பலரிடம் சென்று காந்தியை வந்தடைந்தது.

காந்திக்கு அப்போது வயது நாற்பதுதான். இந்தக் கடிதத்தைப் படித்து வியந்துபோனார் அவர். 'இக்கடிதம் எல்லாருக்கும் சென்றுசேரவேண்டும்' என்று நினைத்த அவர், டால்ஸ்டாயின் அனுமதியுடன் அதனைக் குஜராத்தியில் மொழிபெயர்த்து வெளியிட்டார்.

அப்படி அந்தக் கடிதத்தில் என்ன எழுதியிருந்தார் டால்ஸ்டாய்?

பிரிட்டிஷ் ஆதிக்கத்திலிருந்து இந்தியா விடுபடவேண்டுமென்றால், அன்பை ஆயுதமாகப் பயன்படுத்தவேண்டும் என்று டால்ஸ்டாய் வலியுறுத்தியிருந்தார். காந்தியின் அகிம்சைக் கொள்கைக்கு வலுவூட்டிய சிந்தனைகளில் இதுவும் ஒன்று.

இந்தச் சிந்தனையை விளக்குவதற்காக, அந்தக் கடிதத்தில் பல மேற்கோள்களைப் பயன்படுத்தியிருந்தார் டால்ஸ்டாய். வேதமொழிகள், விவேகானந்தர் பொன்மொழிகள் போன்ற வற்றோடு, நம் பழந்தமிழ் இலக்கியமான திருக்குறளிலிருந்தும் சில குறள்களை ரஷ்ய மொழியில் தந்திருந்தார் அவர்.

உதாரணமாக, இங்கே உள்ள மொழிபெயர்ப்பைப் பாருங்கள்:

'The punishment of evil doers consists in making them feel ashamed of themselves by doing them a great kindness.'

இது எந்தத் திருக்குறள் என்று தெரிகிறதா? ஆமாம், இந்தப் பிரபலமான குறள்தான் அது:

> 'இன்னா செய்தாரை ஒறுத்தல், அவர் நாண
> நன்னயம் செய்துவிடல்'

இப்படி இன்னும் ஐந்து குறள்களை மொழிபெயர்த்திருக்கிறார் டால்ஸ்டாய். மேலும் பலப்பல பொன்மொழிகள், தெளிவான சிந்தனைகள் என காந்தியைக் கவர்ந்த, அவர்மீது பெரும் தாக்கத்தை உண்டாக்கிய டால்ஸ்டாயின் அந்தக் கடிதத்தை இணையத்தில் நீங்கள் முழுமையாக வாசிக்கலாம்: *http://goo.gl/qxAYz7*

77. வாகை

இந்தியா கிரிக்கெட் போட்டியில் வெற்றிவாகை சூடியது. வெற்றி சரி, அதென்ன வாகை?

இந்தப் புதிருக்கான விடை, 'சூடியது' என்ற சொல்லில் இருக்கிறது. அதை நாம் எங்கே, எப்படிப் பயன்படுத்துவோம்?

சூடுதல் என்றால், அணிந்துகொள்ளுதல் என்று பொருள், 'மாலை சூடினான்' என்றால், மாலையை அணிந்துகொண்டான்.

ஆக, 'வெற்றிவாகை சூடினான்' என்றால், வெற்றியைக் குறிக்கும் வாகையைச் சூடினான் என்கிற பொருள் வருகிறது. அப்படியானால், வாகை என்பது ஒரு மலராக இருக்குமோ?

ஆம், மலரேதான். அதன் தாவரவியல் பெயர் *Albizia Lebbeck*. பல வெப்பமண்டலப்பகுதிகளில் காணப்படும் இந்தத் தாவரத்தைத் தமிழர்கள் வெவ்வேறுவிதமாகப் பயன்படுத்திவந்திருக்கிறார்கள், அதில் ஒன்றுதான், 'வெற்றிவாகை சூடுதல்.'

வாகையின் மலரானது மஞ்சள்நிறத்தில் அழகாக இருக்கும். சங்ககாலத்தில் இருதரப்பினர் போர்செய்கிறபோது, அதில் யார் வெற்றிபெறுகிறார்களோ அவர்கள் இந்த மலரைச்

சூடிக்கொள்வார்கள், அவர்கள் வென்றுவிட்டார்கள் என்பதைக் காட்டும் அடையாளம் அது.

இந்தப் பழக்கத்தைத்தான் ‘வெற்றிவாகை சூடினான்’ என்று குறிப்பிட்டார்கள். அதன்பிறகு, எதில் ஜெயித்தாலும் ‘வெற்றிவாகை’ என்று சொல்லும் பழக்கம் ஏற்பட்டுவிட்டது.

இன்றைக்கு, நாம் வாகைமலரைச் சூடுவதில்லை, ஆனாலும், ‘வெற்றிவாகை சூடியதாக’ச் சொல்கிறோம். விழாவில் கலந்துகொள்கிறவர்களுக்குப் பருத்தி ஆடையைப் போர்த்தி விட்டுப் ‘பொன்னாடை’ அணிவித்ததாகச் சொல்கிறோமல்லவா? அதுபோலதான்.

வாகை மட்டுமல்ல, அன்றைய பழந்தமிழர் போர்களில் பல மலர்களுக்கு முக்கியத்துவம் தரப்பட்டிருந்தது. இவற்றைப் ‘புறப்பொருள் வெண்பா மாலை’ என்ற நூலில் ஐயனாரிதனார் விளக்குகிறார்:

1. வெட்சிப்பூ: எதிரிகளின் நாட்டில் நுழைந்து அங்கிருக்கும் பசுக்கூட்டங்களைக் கவர்ந்துவரும் வீரர்கள் இந்த மலர்களைச் சூடிக்கொள்வார்கள்
2. கரந்தைப்பூ: அப்படிப் பசுக்கூட்டங்களைக் கவர்ந்துசென்றால் இந்த நாட்டு வீரர்கள் பார்த்துக்கொண்டு சும்மா இருப்பார்களா? அவர்கள் கரந்தைப்பூ அணிந்து அதனைத் தடுப்பார்கள்
3. வஞ்சிப்பூ: பகைவர் நாட்டைக் கைப்பற்றச் செல்லும் மன்னன் இந்த மலரை அணிந்திருப்பான்
4. காஞ்சிப்பூ: அப்படிக் கைப்பற்ற வரும் படைகளை எதிர்த்துப் போரிடுகிறவர்கள் இந்த மலரை அணிந்திருப்பார்கள்
5. உழிஞைப்பூ: கோட்டையை வளைத்து முற்றுகையிடும் வீரர்கள் இந்த மலரை அணிந்திருப்பார்கள்
6. நொச்சிப்பூ: அந்த முற்றுகையிலிருந்து கோட்டையைக் காப்பாற்றும் வீரர்கள் இந்த மலரை அணிந்திருப்பார்கள்

7. **தும்பைப்பூ:** போர்க்களத்தில் நேருக்கு நேர் சந்தித்து மோதும் வீரர்கள் இந்த மலரை அணிந்திருப்பார்கள், பின்னர் அந்தப் போரில் வெல்கிறவர்கள் வாகை மலரை அணிவார்கள்

அது சரி, வெட்சி, கரந்தை, வஞ்சி, காஞ்சி, உழிஞை, நொச்சி, தும்பை, வாகை... இந்த மலர்களையெல்லாம் நாம் பார்த்ததில்லையே!

இப்படிச் சங்ககாலத் தாவரங்கள் ஏராளமாக இருக்கின்றன, உதாரணமாக, குறிஞ்சிப்பாட்டில் செங்காந்தள், ஆம்பல், அனிச்சம், குவளை, குறிஞ்சி என்று தொடங்கி 99 வகையான மலர்களைப் பட்டியலிடுகிறார் கபிலர், அவற்றில் சிலவற்றை இன்றைக்கும் கிராமப்புறங்களில் பார்க்கலாம், உங்களுக்குத் தெரிந்த கிராமவாசிகள், தாவரவியல் நிபுணர்கள், வயதானவர்களிடம் கேட்டுப்பாருங்கள், அதிர்ஷ்டமிருந்தால், அவற்றைப் பார்க்கும் வாய்ப்பும் அமையலாம்!

குறிப்பாக, வாகைமலர் கிடைத்தால் பத்திரமாக எடுத்து வையுங்கள், தேர்வு முடிவுகள் வெளியாகும் நாளன்று அணிந்துகொள்ளலாம்!

78. கவிஞர் முடியரசன்

'எனக்குப்பின் கவிஞன்'

இப்படிப் பாரதிதாசன் ஒரு கவிஞரைப் பார்த்துப் பெருமிதத்தோடு சொன்னார். அவர் யார் தெரியுமா?

துரைராசு என்று இயற்பெயரைச் சொன்னால் அதிகப்பேருக்குத் தெரியாது. கவிஞர் முடியரசன் என்று சொன்னால்தான் தெரியும். அவரது கவிவீச்சுக்கு ஒரு சிறிய எடுத்துக்காட்டு இதோ:

'தீது சிறிதும் இலாத் தென்னாட்டான், நம் நாட்டான்,
ஆயும் கலைகள் அனைத்தும் பெருக்கி நலம்
தோயும்படி வாழ்வைத் துய்த்திருந்தான்; அவ்வாழ்வு
மீண்டும் தழைக்க, வியன் உலகம் பாராட்ட
வேண்டும், ஈது என்றன் விழைவு.'

'திராவிட நாட்டின் வானம்பாடி' என்று அண்ணாவால் பாராட்டுப்பெற்ற முடியரசன், கவியரசு, சங்கப்புலவர், பாவரசர், கவிப்பெருங்கோ என்று பலப்பல பட்டங்களையும் பாராட்டுகளையும் வென்றவர், இருபதுக்கும் மேற்பட்ட நூல்களை எழுதியுள்ள அவருடைய படைப்புகள் பிற

மொழிகளிலும் மொழிபெயர்க்கப்பட்டுள்ளன.

1920ம் ஆண்டு அக்டோபர் ஏழாம் தேதி, பெரியகுளத்தில் பிறந்தவர் முடியரசன். ஆனால் அவர் வாழ்ந்தது, பணிபுரிந்தது சென்னையிலும் காரைக்குடியிலும்.

இளம்பருவத்திலிருந்தே இவருக்குக் கவிதைமீது மிகுந்த ஆர்வம் ஏற்பட்டது. அதற்குக் காரணம், அவருடைய தாய்மாமனான துரைசாமிதான். அவர் தந்த ஊக்கத்தில் நிறைய வாசித்தார், கவிதைகளை எழுதவும் தொடங்கினார்.

ஆரம்பத்தில் கடவுளைப்பற்றியும் சமுதாயத்தின் முன்னேற்றம், மொழியின் சிறப்பு, நாடு, இயற்கை ஆகியவற்றையே அவர் பாடிவந்தார் என்று தெரிகிறது. ஆனால், இந்தக் கவிதைகள் எவையும் அச்சாகவில்லை, கவிஞரிடமே இருந்துவிட்டன.

1940ம் ஆண்டில்தான், கவிஞரின் முதல் கவிதை பிரசுரமானது, பேரறிஞர் அண்ணாவின் 'திராவிடநாடு' இதழில் வெளியான அந்தக் கட்டுரையின் தலைப்பு, 'சாதி என்பது நமக்கு ஏனோ?'

இந்தக் கவிதையின் தலைப்பையும், அது வெளியான இதழின் பெயரையும் வாசிக்கும்போதே, இந்தக் காலகட்டத்தில் கவிஞரின் மன உணர்வுகள் எப்படி இருந்திருக்கும் என்பதை நாம் ஊகிக்கலாம். பகுத்தறிவுக்கொள்கைகளில் அவருடைய நாட்டம் சென்றிருந்தது, அதன்படி தன்னுடைய வாழ்க்கையை அமைத்துக்கொள்ள முன்வந்தார் அவர்.

ஆரம்பத்தில் இவருக்கு ஒரு நாடகக்குழுவில் பாடல்கள், உரையாடல்களை எழுதும் பணி அமைந்தது. பின்னர் அவர் ஒரு திரைப்படத்தில்கூடப் பணியாற்றினார், ஆனால், அதிலெல்லாம் அவருடைய மனம் செல்லவில்லை, அந்த வாழ்க்கையைச் சிறைபோலக் கருதிய அவர் அங்கிருந்து வெளியேறினார், தமிழாசிரியராகப் பணியாற்றுவதும் படைப்புகளை உருவாக்குவதும்தான் அவருக்கு நிறைவுதந்தன.

இந்த நேரத்தில்தான், கவிஞருக்குப் பல தலைவர்கள், தமிழறிஞர்களுடன் பழக்கம் ஏற்பட்டது, அவர்களோடு

தன்னுடைய சிந்தனைகளைப் பகிர்ந்துகொண்டார், கொள்கைகளைக் கூர்தீட்டிக்கொண்டார்.

அப்போது, அவருக்குத் திருமண ஏற்பாடுகள் தொடங்கின. சாதிமறுப்புத் திருமணம்தான் செய்வேன் என்று பிடிவாதமாக இருந்து வெற்றிபெற்றார்.

கவிஞர் முடியரசனின் மனைவியார் பெயர் கலைச்செல்வி. அவரும் பல சமுதாயப் போராட்டங்களில் கலந்துகொண்டவர், கணவரின் பணிகளுக்கு உறுதுணையாக நின்றவர்.

அதன்பிறகு பல இதழ்களில் தொடர்ந்து எழுதிவந்த கவிஞர் ஏராளமான கவியரங்கங்களில் பங்கேற்றுக் கவிதைகளை வழங்கியுள்ளார். அந்தக் கூட்டங்களிலெல்லாம் அவருடைய கவிதையைக் கேட்பதற்காக மக்கள் ஆயிரக்கணக்கில் திரள்வார்கள், ஒவ்வொரு வரிக்கும் கைதட்டல் ஒலி விண்ணைப் பிளக்கும் என்று அவரது மகன் பாரி முடியரசன் நினைவுகூர்கிறார்.

இவ்வாறு கவிஞர் தந்த படைப்புகள் பல கவிதைத்தொகுப்புகளாக, காப்பியங்களாக, கட்டுரை நூல்களாக, சிறுகதைத் தொகுப்புகளாக வெளியாகியுள்ளன. அவருடைய வாழ்க்கை வரலாறு 'பாட்டுப்பறவையின் வாழ்க்கைப்பயணம்' என்ற பெயரில் வெளிவந்துள்ளது.

கவிஞர் முடியரசன் 1998ம் ஆண்டு டிசம்பர் 3ம் தேதி மறைந்தார். இன்றும் அவரது படைப்புகள் தொடர்ந்து வாசிக்கப்படுகின்றன, மாணவர்களும் ஆய்வாளர்களும் அவற்றை நுட்பமாகப் பயின்றுவருகிறார்கள்.

79. ஐந்து பணிகள்

ஒரு வயல், நெல்லோ கோதுமையோ பச்சைப்பசேலென்று செழித்து வளர்ந்திருக்கிறது, கதிர்கள் நன்றாக முற்றியிருக்கின்றன.

இதைப் பார்த்ததும், நமக்கு என்ன தோன்றும்?

'யாரோ ஒரு விவசாயி இங்கே விதை போட்டிருக்கிறார், அல்லது, நாற்று நட்டிருக்கிறார், அதனால் இத்தனை செழிப்பாகப் பயிர்கள் விளைந்திருக்கின்றன' என்றுதான் நாம் நினைப்போம். அதற்குமேல் விவசாயத்தைப்பற்றி நமக்கு அதிகம் தெரியாது.

உண்மையில், விவசாயம் என்பது வெறுமனே விதைப்பதும் அறுவடை செய்வதும்தானா? தானியங்களையும் காய்கறிகளையும் பழங்களையும் விளைவிப்பது அத்தனை எளிமையான வேலையா?

இல்லை. நமது நகரங்களில் உள்ள தோட்டங்களைப்போல விதையைப்போட்டு உடனே செடியைப் பார்ப்பதல்ல விவசாயம், ஒவ்வோர் உழவரும் அதைத்தாண்டிப் பல முக்கியமான பணிகளை அக்கறையோடு செய்கிறார், அதன்பிறகுதான் அவருக்கு நல்ல விளைச்சல் கிடைக்கிறது.

என்னென்ன பணிகள்?

முதலில், நிலத்தைத் தயார்ப்படுத்தவேண்டும். அதற்காக, மாடுகளைப் பூட்டி உழவேண்டும், அல்லது டிராக்டர் போன்றதொரு நவீன வண்டியைப் பயன்படுத்தியும் உழலாம். இதன்மூலம் விதையையோ நாற்றையோ ஏற்றுக்கொண்டு வளரச்செய்யுமளவுக்கு மண் பக்குவப்படும்.

உண்மையில், இதுதான் ஒரு விவசாயி செய்யும் முதன்மையான பணி. 'உழவு' என்ற சொல்லிலிருந்துதான் 'உழவன்' என்ற சொல்லே வருகிறது.

அடுத்து, விதை போட்ட அல்லது நாற்று நட்ட மண்ணில் எரு, அதாவது, உரம் போடவேண்டும். இதுதான் பயிரைச் செழிப்பாக வளரச்செய்யும்.

உரங்களில் இரண்டு வகை உண்டு: இயற்கை உரம், வேதி உரம் எனப்படும் செயற்கை உரம்.

இயற்கை விவசாயிகள் இயற்கை உரத்தைப் பயன்படுத்துவார்கள், இதன்மூலம் விளையும் தானியங்கள், காய்கள், பழங்கள் நம் உடலுக்கு நன்மை தரக்கூடியவை.

மாறாக, தொழிற்சாலையில் தயாரிக்கப்பட்ட செயற்கை உரங்களைப் பயன்படுத்தி நல்ல விளைச்சல் பெறுகிறவர்களும் உண்டு. ஆனால், இதன்மூலம் மண்ணுக்கும் மனிதனுக்கும் வேறு பல பிரச்னைகள் வரும் என்கிறார்கள்.

இயற்கையோ, செயற்கையோ, உரம் போடவேண்டும், இல்லாவிட்டால் பயிர் பாதிக்கப்படும்.

மூன்றாவதாக, பயிருக்கிடையே தேவையில்லாத செடிகள் முளைக்கும், இவை பயிருக்குச் செல்லவேண்டிய சத்துகளை உறிஞ்சிவிடும். 'களைகள்' எனப்படும் இந்தச் செடிகளை அகற்றவேண்டும், இதனைக் 'களையெடுத்தல்' என்பார்கள்.

நான்காவதாக, பயிருக்குத் தேவையான அளவு நீர் விடவேண்டும், அந்தச் சத்தும் நல்ல வளர்ச்சிக்கு முக்கியமானது.

ஐந்தாவதாக, பயிரை ஆடு, மாடுகள், பறவைகள் மேய்ந்துவிடாமல் காவல் காக்கவேண்டும், திருடர்கள் நுழையாதபடி வேலி போட்டு வயலைக் காப்பாற்றவேண்டும்.

இந்த ஐந்து பணிகளையும் சரியாகச் செய்தால்தான், விதைத்த விதை, அல்லது நட்ட நாற்று சிறப்பாக வளரும், பலன் தரும்.

அது சரி, இதையெல்லாம் விளக்கிச்சொன்ன விவசாய நிபுணர் யார்?

அவர் பெயர் திருவள்ளுவர். நாம் இங்கே இவ்வளவு விரிவாகப் பேசிய விஷயத்தை ஒரே திருக்குறளில், ஒன்றே முக்கால் அடிகளில் அழகாகச் சொல்லிவிட்டார்:

ஏரினும் நன்றுஆல் எருவிடுதல், கட்டபின்
நீரினும் நன்று அதன் காப்பு.

வெறுமனே விதைத்து, அறுவடை செய்வதல்ல விவசாயம், ஏர் பூட்டி உழுதல், எருவிடுதல், களையெடுத்தல், நீர் பாய்ச்சுதல், காப்பாற்றுதல்... இந்த ஐந்து பணிகளையும் விவசாயி முறையாகச் செய்வதால்தான் நாட்டில் தானியவளம் பெருகுகிறது, சாப்பாடு கிடைக்கிறது, அதையெண்ணி நன்றியோடிருப்போம்!

80. வந்து... போயி...

'**கா**லையில நான் வந்து பள்ளிக்குப் போனேன்... மாலையிலே அங்கிருந்து திரும்பி வரும்போது பார்த்தீங்கன்னா, சாலையில நிறைய வண்டிங்க... எப்படிச் சொல்றது... ஒரே புகை...'

மேற்கண்ட வாக்கியங்களை இன்னொருமுறை வாசியுங்கள், ஏதாவது தவறாகத் தோன்றுகிறதா? இல்லையே, எல்லாம் சரியாகத்தானே இருக்கிறது!

இப்போது, இந்த வாக்கியங்களை நீங்கள் பேசவில்லை, ஆனால், ஒரு கட்டுரையில் எழுதுகிறீர்கள் என்று வைத்துக்கொள்வோம், அப்போது இதனை எப்படி எழுதுவீர்கள்?

'நான் காலையில் பள்ளிக்குப் போனேன். அங்கிருந்து திரும்பி வரும்போது, சாலையில் நிறைய வண்டிகள். ஒரே புகை.'

இப்போது, மேலே உள்ள இரு பத்திகளையும் ஒப்பிட்டுப் பாருங்கள், இப்போது வித்தியாசம் புரிகிறதா? முதல் பத்தியில், அதாவது, பேசிய பத்தியில் சில சொற்கள் கூடுதலாக இடம்பெற்றிருக்கின்றன: 'வந்து', 'பார்த்தீங்கன்னா', 'எப்படிச் சொல்றது' என்ற சொற்கள்தான் அவை. இரண்டாவது பத்தியில் அந்தச் சொற்களெல்லாம் இல்லை, ஆனாலும் நமக்குப் பொருள்

விளங்குகிறதல்லவா? ஆக, முதல் பத்தியில் அந்தச் சொற்கள் தேவையே இல்லாமல் இடம்பெற்றுள்ளன. அதற்கு என்ன காரணம்?

நாம் எதையாவது பேசும்போது, அடுத்து என்ன சொல்லைப் பயன்படுத்துவது என்று நினைவில் வராவிட்டால், அல்லது, யோசித்துச் சொல்லவேண்டியிருந்தால், அந்த இடத்தில் இதுபோன்ற சொற்களைப் போட்டுவிடுகிறோம். எடுத்துக்காட்டாக:

'இந்த ஊரோட பேர் வந்து... மதுரை.'

இந்த வாக்கியத்தைப் பேசியவருக்கு மதுரை என்கிற ஊரின் பெயர் சட்டென்று நினைவுக்கு வரவில்லை, ஆகவே, 'வந்து...' என்று நீட்டுகிறார், அதன்மூலம் யோசிப்பதற்கு அவருக்குச் சிறிது நேரம் கிடைக்கிறது, பின்னர் 'மதுரை'யைக் கொண்டுவந்து அங்கே ஒட்டவைக்கிறார். ஆங்கிலத்தில் இந்தவகைச் சொற்களை 'Fillers' என்பார்கள், அதாவது, இடநிரப்பிகள், அவற்றால் அந்த வாக்கியத்துக்குப் பெரிய பயன் இருக்காது, ஆனால், பேச்சு திடீரென்று நின்றுவிடாதபடி இவை பார்த்துக்கொள்ளும்.

நல்ல பேச்சாளர்களுடைய பேச்சில் Fillers அதிகம் இருக்காது, இது அவர்களுடைய பழக்கத்தால், அனுபவத்தால் வருகிற திறமை. மற்றபடி நம்மைப்போன்ற சாதாரண மக்களெல்லாம் Fillersஓடுதான் பேசிக்கொண்டிருக்கிறோம், நம் ஒவ்வொருவருடைய பேச்சையும் கவனித்துப்பார்த்தால் இவற்றை எளிதில் அடையாளம் காணலாம். அதனால் யாருக்கும் எந்த இழப்பும் இல்லை.

சில இலக்கியங்களில்கூட, இந்த Fillersஐ நாம் பார்க்கலாம். உதாரணமாக, கம்பராமாயணத்தில் ஒரு காட்சி. இராமன் காட்டுக்குச் செல்கிறான் என்பதைத் தெரிந்துகொண்ட அயோத்திமக்கள் துடிக்கிறார்கள். அவர்களில் ஒருவர் சொல்கிறார், 'உய்யாள்போல் கோசலை.'

அவர் சொல்லவந்தது, 'கோசலை உய்யாள்', அதாவது, இராமன் காட்டுக்குச் சென்றால் அவனுடைய தாய் கோசலை அதைத்

தாங்கிக்கொள்ளமாட்டாள் என்றுதான் அவர் சொல்ல நினைத்தார், அதிலே 'போல்' என்ற சொல் கூடுதலாக, Filler ஆக வந்துள்ளது.

தமிழ் இலக்கணத்தில் இதனை 'உரையசை' என்கிறார்கள், அதாவது பேச்சுக்கு நடுவே வருகிற அசைச்சொல், பொருளில்லாத சொல். இதேபோல் பாடலில் வரும் அசைச்சொற்களை 'அசைநிலை' என்பார்கள். எடுத்துக்காட்டாக, 'கற்றதனால் ஆய பயன் என்கொல்' என்கிற திருக்குறளில், 'கொல்' என்ற சொல் அசைநிலையாக வருகிறது.

நம்முடைய பேச்சில் கூடுதல் சொற்கள் வருவது பரவாயில்லை, திருவள்ளுவர்போன்ற புலவர்கள் ஏன் அசைநிலையைப் பயன்படுத்துகிறார்கள்?

இதற்குப் பல காரணங்கள் உண்டு. பெரும்பாலும் யாப்பிலக்கண விதிமுறைகளைப் பின்பற்றுவதற்காக ஆங்காங்கே அசைநிலைச் சொற்கள் சேர்க்கப்படுகின்றன. சில நேரங்களில் பாடலில் உணர்ச்சியைக் கூட்டுவதற்காகவும், இசையழகுக்காகவும்கூட இவை சேர்க்கப்படலாம்.

இப்படித் தமிழில் அசைநிலையாக வரக்கூடிய சொற்கள் சில:

★ கொல்
★ ஆங்கு
★ அம்ம
★ மா
★ போலும்
★ தான்
★ தாம்
★ மன்
★ மற்று
★ அந்தில்

★★★

81. சுவைகள்

*சு*வைகள் எத்தனை?

சாப்பாட்டில் விருப்பமுள்ளவர்களைக் கேட்டால், 'சுவைகள் ஆறு' என்பார்கள். அவை:

1. இனிப்பு
2. புளிப்பு
3. கார்ப்பு
4. உவர்ப்பு
5. துவர்ப்பு
6. கசப்பு

என்னது? கசப்பா? அதைப்போய் யாராவது 'சுவை'த்துச் சாப்பிடுவார்களா?

கசப்பும் ஒரு சுவைதான். பாகற்காயை விரும்பி உண்பவர்கள் உண்டே!

பாகற்காய் என்ற பெயர் எப்படி வந்தது தெரியுமா? அதுவும் ஒரு சுவையான குறிப்புதான்:

'பாகு' என்றால் இனிப்பு, 'சர்க்கரைப்பாகு', 'வெல்லப்பாகு' என்று சொல்கிறோமல்லவா?

'அல்' என்ற சொல், 'அல்லாத', அதாவது, 'இல்லாத' என்பதைக் குறிக்கிறது. அதைப் பாகுடன் சேர்த்தால், 'பாகு அல் காய்', இனிப்பு இல்லாத காய், கசப்பான காய், அதுதான் பாகற்காய்.

கசப்புச்சுவை காரணமாகவே பலர் பாகற்காயை ஒதுக்கி விடுவார்கள், ஆனால் அதை உண்பதால் நமக்குப் பல நன்மைகள் உண்டு. உண்மையில், மேற்சொன்ன ஆறுவகைச் சுவைகளுமே நமக்கு வெவ்வேறு நன்மைகளைத் தருகின்றன, அதனால்தான் அவற்றை நம் முன்னோர் ஒன்றாகத் தொகுத்தார்கள். 'அறுசுவை உணவு' படைத்து உடலுக்கு வலுவூட்டினார்கள்.

அதுமட்டுமல்ல, இதன் பின்னணியில் ஒரு வாழ்க்கைத் தத்துவமும் உண்டு. அருகிலுள்ள கர்நாடகத்தில் புத்தாண்டுக் கொண்டாட்டத்தின் போது, கொஞ்சம் வெல்லமும் கொஞ்சம் வேப்பிலையும் சாப்பிடுவார்கள், ஏன் தெரியுமா?

வெல்லம்: இனிப்பு, வேப்பிலை: கசப்பு, வாழ்க்கையில் இனிப்பு, கசப்பு ஆகிய இரண்டும் மாறி மாறி வரும், இரண்டையும் ஒரேமாதிரியாக எடுத்துக்கொள்ளவேண்டும் என்பதைக் குறிப்பதற்காகத்தான் அவர்கள் இவ்வாறு சாப்பிடுகிறார்கள்.

சாப்பாட்டில் ஆறு சுவைகள் என்றால், கலைகளில், இலக்கியத்தில் ஒன்பது சுவைகள். அவை:

1. நகை (சிரிப்பு)
2. அவலம்
3. இழிப்பு
4. வியப்பு
5. அச்சம்
6. வீரம்
7. வெகுளி (கோபம்)
8. உவகை (மகிழ்ச்சி)
9. சமனிலை (அமைதி)

நீங்கள் சமீபத்தில் பார்த்த ஏதேனும் ஒரு திரைப்படத்தை எடுத்துக்கொள்ளுங்கள், அதில் இந்தச் சுவைகள் எப்படிப் பயின்றுவந்துள்ளன என்று யோசியுங்கள்.

திரைப்படத்தில் நகைச்சுவைக்காட்சிகள் இருந்திருக்கும், அதைக்கண்டு நாம் நன்றாகச் சிரித்திருப்போம். சிறிதுநேரத்தில் நாயகனின் குடும்பம் ஏதேனும் ஒரு துயரத்தை அனுபவிக்கும், அதைக்கண்டு நாமும் வருந்தியிருப்போம், அந்நிலையில் நாயகன் ஒரு புதுமையான வேலையைச் செய்து அவர்களைக் காப்பாற்றுவார், அதைக்கண்டு வியந்திருப்போம்... இப்படி ஒரு திரைப்படத்தில் ஒன்பது சுவைகளும் வருவது இயல்பு, சொல்லப்போனால், அதனால்தான் நமக்கு அந்தத் திரைப்படத்தைப் பிடிக்கிறது.

இதேபோல், நீங்கள் படித்த நல்ல கதை, புதினம் எதையேனும் சிந்தித்துப்பார்த்தால், அதிலும் இதுபோல் சுவைகள் கலந்திருப்பதைக் காணலாம். சாப்பிடுகிறவர்கள் சுவைத்து உண்ணும்படி சமைக்கிற சமையல் கலைஞர்களைப்போல, எழுத்தாளர்களும் திரைப்பட இயக்குநர்களும் நடனக் கலைஞர்களும் தங்கள் படைப்பில் ஒன்பது சுவைகளையும் சரியான விகிதத்தில் கொண்டுவருகிறார்கள், நம்மை மகிழச் செய்து, வியக்கச்செய்து, கோபப்படச்செய்து களிப்பூட்டுகிறார்கள்.

அப்படியில்லாமல், ஒரு படைப்பில் முழுக்கமுழுக்க நகைச்சுவையே இருந்தாலோ, வெறும் சோகமே இருந்தாலோ அவ்வளவாகச் சுவைக்காது. பலவிதமான சுவைகள் மாறிமாறி வரும்போதுதான் ஒட்டுமொத்தப் படைப்பும் சுவையாகிறது.

ஆகவே, நல்ல கலைஞர்கள் தங்களுடைய படைப்பில் எல்லாவிதமான சுவைகளும் சரியாகக் கலந்திருக்கின்றனவா என்று சிந்திப்பார்கள். ஏதேனும் ஒரு சுவைமட்டும் மிகுதியாகிச் சலிப்பூட்டிவிடாதபடி பார்த்துக்கொள்வார்கள்.

இதெல்லாம் பெரிய எழுத்தாளர்களுக்குமட்டும்தான் என்றில்லை, கிராமியக்கதைகள், விடுகதைகள், சொலவடைகள், அட, காக்கா வடையைத் திருடிக்கொண்டுபோன கதையில்கூட, பல சுவைகள் கலந்திருக்கின்றன!

★★★

82. சொல்விளையாட்டுகள்

'ராமு, விலையுயர்ந்த உலோகம், அதன் நிறம் மஞ்சள், அதை அணிவதென்றால் பெண்களுக்கு மிகவும் பிடிக்கும். அது என்ன?'

'இது தெரியாதா? தங்கம்தான்.'

'கொஞ்சம் பொறு ராமு' என்று சிரித்தான் குமரன், 'என்னுடைய கேள்வி இன்னும் முடியவில்லை. அந்த உலோகத்தின் பெயரில் இரண்டே எழுத்துகள்தான்.'

'அடடா, அப்படியென்றால், தங்கம் சரிப்படாது, அதில் நான்கு எழுத்துகள் இருக்கின்றனவே' என்றான் ராமு, 'ஒருவேளை வெள்ளியாக இருக்குமோ? அதிலும் மூன்று எழுத்துகள் உண்டே. வேறு எந்த விலையுயர்ந்த உலோகம் இரண்டே எழுத்துகளில் இருக்கிறது?'

சிறிதுநேரம் யோசித்துவிட்டு, 'ம்ஹூம், தெரியவில்லை' என ஏமாற்றத்துடன் சொன்னான் ராமு, 'நீயே சொல்லிவிடு குமரா, அது எந்த உலோகம்?'

'பொன்' என்றான் குமரன்.

‘ஏய், இது ஏமாற்று வேலை’ என்று கோபித்தான் ராமு, ‘நான்தான் ஆரம்பத்திலேயே தங்கம் என்று சொன்னேனே.’

‘உண்மைதான். ஆனால், தங்கம் என்ற சொல்லில் நான்கு எழுத்துகள் உள்ளனவே, அதையே பொன் என இரண்டு எழுத்தில் சொல்லலாம் என்று உனக்குத் தோன்றவில்லையே’ கலகலவென்று சிரித்தான் குமரன், ‘ஒரே விஷயத்தைக் குறிப்பிடப் பல சொற்கள் இருப்பதைத் தெரிந்துகொள்வது நல்லதுதான், இல்லையா?’

நீங்கள் குறுக்கெழுத்துப் புதிர்களில் கலந்துகொண்டதுண்டா? அதில் இப்படித்தான் பலப்பல கட்டங்கள் இருக்கும், மேலிருந்து கீழ், இடமிருந்து வலம், கீழிருந்து மேல், வலமிருந்து இடம் என்று பலவிதமாகச் சொற்களை நிரப்பவேண்டும், ராமுவுக்குக் குமரன் கொடுத்ததுபோல் குறிப்புகளைத் தருவார்கள், அந்தச் சொல்லில் எத்தனை எழுத்துகள் என்பதையும் சொல்லிவிடுவார்கள், அதன் அடிப்படையில் அந்தச் சொல்லைக் கண்டுபிடித்து எழுதவேண்டும்.

கேட்பதற்குச் சாதாரணமாகத் தோன்றும் இந்த விளையாட்டுக்கு உலகம்முழுக்க ரசிகர்கள் உண்டு, தினமும் காலை எழுந்தவுடன் செய்தித்தாளில் குறுக்கெழுத்துப்புதிரைத் தேடிக் கண்டுபிடித்து விறுவிறுவென்று நிரப்பிவிட்டுதான் மறுவேலை!

இதை ஏன் ‘குறுக்கெழுத்துப்புதிர்’ என்று அழைக்கிறார்கள்?

ஒரு மைதானத்தில் மக்கள் அங்கும் இங்கும் நடப்பதுபோல, குறுக்கெழுத்துப்புதிரின் கட்டத்துக்குள் சொற்கள் பல திசைகளில் செல்லும், அப்போது அவை ஒன்றையொன்று குறுக்கிடும், அதாவது, ஒரே எழுத்து இரண்டு சொற்களில் வெவ்வேறு இடங்களில் இடம்பெறும்.

உதாரணமாக, ‘தமிழ்’ என்ற சொல் மேலிருந்து கீழே இடம்பெறுகிறது, அதன் முதல் எழுத்தான ‘த’ என்பதில் தொடங்கி ‘தவளை’ என்ற சொல் இடமிருந்து வலமாகச் செல்கிறது, அதன் இரண்டாவது எழுத்தான ‘வ’ என்பதில் தொடங்கி ‘வளையல்’ என்ற சொல் கீழிருந்து மேலாகச்

செல்கிறது... இப்படிச் சொற்களைப் பல்லாயிரக்கணக்கான வகைகளில் பொருத்திப்பார்த்து விளையாடலாம்.

சில நேரங்களில், ஒரு சொல்லுக்கான கட்டங்களில் ஒன்றிரண்டு நிரம்பியிருக்கும், அல்லது, மற்ற சொற்களை நிரப்பும்போது நீங்களே அவற்றை நிரப்பியிருப்பீர்கள், பிறகு, அங்கேயுள்ள குறிப்புகளை வைத்து அது என்ன சொல் என்று கண்டுபிடிக்கவேண்டும். எடுத்துக்காட்டாக:

ம_ட_ _ (குறிப்பு: அரசன் சூடுவது)

வெறுமனே 'அரசன் சூடுவது' என்ற குறிப்பைமட்டும் பார்த்தால், மாலை, கிரீடம், முடி என்று பல சொற்களைக் குறிப்பிடலாம், நான்கு எழுத்து, முதல் எழுத்து 'ம', மூன்றாவது எழுத்து 'ட' என்று தெரிந்தபிறகு, 'மகுடம்' என்று விடையைச் சொல்வது எளிது.

சில நேரங்களில் குறுக்கெழுத்துப்போட்டியின் எல்லாச் சொற்களையும் கண்டுபிடித்துவிடுவோம், நிறைவாக ஒரே ஒரு சொல், அல்லது, ஒரே ஒரு எழுத்துமட்டும் தெரியாமல் நெடுநேரம் போராடிக்கொண்டிருப்போம், பிறகு அதைக் கண்டுபிடிக்கும்போது வருகிற மகிழ்ச்சி அலாதியானது.

சரி, உங்களுக்கு ஓர் எழுத்துப்புதிர். இந்தக் குறிப்புகளை வைத்து இச்சொல்லைக் கண்டுபிடியுங்கள்:

★ மூன்றெழுத்துச்சொல்

★ முதல் எழுத்தும் இரண்டாவது எழுத்தும் சேர்ந்தால், தேன்

★ இரண்டாவது எழுத்தும் மூன்றாவது எழுத்தும் சேர்ந்தால், ஆங்கிலேயர்

★ முதல் எழுத்தும் மூன்றாவது எழுத்தும் சேர்ந்தால், மான்

விடை: மதுரை (மது = தேன், துரை = ஆங்கிலேயர்களைக் குறிப்பிடும் ஒரு பெயர், மரை = ஒருவகை மான்)

83. உரையாசிரியர்கள்

தமிழர்களின் தனிப்பெருமை, நம்முடைய பழைய இலக்கியங்கள்.

உலக அளவில், இத்துணைப் பழைமையான, வளமான படைப்புகளுடன் உள்ள மொழிகள் மிகச் சிலவே. அதிலும் சிறப்பாக, நம்முடைய பண்டை இலக்கியங்கள் இன்றைக்கும் படிக்கப்படுகின்றன, கட்டுரைகளில், மேடைப்பேச்சுகளில் மேற்கோள் காட்டப்படுகின்றன.

நூற்றுக்கணக்கான புலவர்கள் எழுதிய சங்க இலக்கியங்கள் நம்முடைய அன்றைய வாழ்வியலைக் காட்டுகின்றன, அதன்பிறகு வந்த நீதிநூல்கள் இன்றும் பொருந்தக்கூடிய அறக்கருத்துகளைத் தெரிவிக்கின்றன, இன்னும் காப்பியங்கள், சமய இலக்கியங்கள், சிற்றிலக்கியங்கள் என நமது படைப்புகள் ஆழமும் சிறப்பும் கொண்டவை. இந்தப் படைப்பாளிகளை நாம் என்றும் பெருமிதத்தோடு நினைக்கவேண்டும்.

அதேசமயம், இந்தப் படைப்புகளை நம்மிடம் கொண்டுவந்து சேர்க்கிறவர்கள், அவற்றை நாம் வாசிக்கப் பாலமாக இருப்பவர்களுக்கும் நன்றி சொல்ல வேண்டுமல்லவா?

பழந்தமிழ் இலக்கியங்களின் மீது நமக்கு என்னதான் மரியாதை இருப்பினும், இன்றைய தமிழை வாசித்து, பேசி, எழுதிவரும் ஒருவரால் அவற்றை நேரடியாக வாசிக்க இயலாது, ஆரம்பத்தில் உரையாசிரியர்களின் துணையோடுதான் அவற்றை அணுகவேண்டும்.

அந்தவிதத்தில், லட்சக்கணக்கானோர் நமது பழந்தமிழ் இலக்கியங்களைப் படித்துப் புரிந்துகொண்டு வியப்பதற்கு இந்த உரையாசிரியர்கள் காரணமாக இருக்கிறார்கள். ஒவ்வொரு படைப்பையும் எளிய, புரிந்துகொள்ளச் சுலபமானமுறையில் அறிமுகப்படுத்துகிறார்கள், அந்தந்தக் காலகட்டத்தின் மொழியில் அதனை விவரித்துப் பலரிடம் கொண்டுசேர்க்கிறார்கள்.

தமிழில் அநேகமாக எல்லா நூல்களுக்கும் ஒன்றுக்கும் மேற்பட்ட உரைகள் இருக்கின்றன. இது ஏன்? ஒரு படைப்புக்கு ஒருமுறை உரையெழுதினால் போதாதா?

ஒரே படைப்பை வெவ்வேறு உரையாசிரியர்கள் வெவ்வேறு விதமாகப் பார்க்கிறார்கள், அவர்களது அனுபவத்தின் சாரத்தை அதில் சேர்த்து விளக்குகிறார்கள்.

இன்னொரு பக்கம், வெவ்வேறு காலகட்டங்களில் தமிழ் எழுத்துமொழி மாறுபட்டிருப்பதால், அந்தந்த நேரத்துக்கேற்ற உரைகள் தேவைப்படுகின்றன. உதாரணமாக, தொல்காப்பியத்துக்கு நச்சினார்க்கினியர் எழுதிய உரை அருமையானது, அதேசமயம், இன்றைய வாசகர்கள் அந்த உரையை எளிதில் புரிந்துகொள்ள இயலாது, ஆகவே, இப்போது நாம் வாசிக்கக் கூடிய மொழியில் இன்னோர் உரை எழுதப்படுகிறது.

உரையெழுதுவது எளிய செயலல்ல. அதற்கு மூலப்படைப்பை நன்கு ஆழமாகக் கற்றிருக்கவேண்டும், நூலாசிரியர் சொல்லும் கருத்துகளைத் தெளிவாக உணரவேண்டும், அதனைப் பொருத்தமான பிற நூல்களுடன் ஒப்பிட்டு, மக்களுக்குப் புரியக்கூடியவிதத்தில் அதனைச் சொல்லவேண்டும். அதேசமயம், மூலநூலில் இல்லாத கருத்துகளைத் திணித்துவிடக்கூடாது.

இந்தச் சவாலான பணியைப் பல அறிஞர்கள் மிகச்சிறப்பாகச் செய்துள்ளார்கள். அதனால், நம் இலக்கியத்தில் படைப்பாளிகளுக்கு இணையாகப் போற்றப்பட்ட உரையாசிரியர்களும் உண்டு. எடுத்துக்காட்டாக: இறையனார், இளம்பூரணார், சேனாவரையர், பேராசிரியர், தெய்வச்சிலையார், கல்லாடர், பரிமேலழகர், மணக்குடவர், அடியார்க்குநல்லார், ஆறுமுகநாவலர், பெருந்தேவனார், இன்னும் பலர்.

எல்லா உரைநூல்களும் ஒரேமாதிரி இராது. உரையில் பல வகைகள் இருக்கின்றன. அந்தந்த நூலின் நோக்கம், நூலாசிரியரின் விருப்பத்துக்கேற்ப இவற்றில் ஒரு வகையோ, பல வகைகளோ இடம்பெறும். எடுத்துக்காட்டாக:

1. பதவுரை: பதம் என்றால், சொல் என்று பொருள். ஒரு பாடலில் இருக்கும் சொற்களை ஒவ்வொன்றாகப் பிரித்து, அவற்றுக்கு விளக்கம் தரப்படும், இந்த விளக்கங்களைப் படித்துவிட்டுப் பாடலைப் படித்தால், தெளிவாகப் புரியும்

2. பொழிப்புரை: பாடலின் பொருளைமட்டும் திரட்டி/ தொகுத்துச் சொல்வது

3. விரிவுரை: பாடலில் சொல்லப்பட்டிருக்கும் கருத்தை விரிவாக எடுத்துரைப்பது, கூடுதல் விவரங்களைத் தந்து அதனை நன்கு புரியவைப்பது

4. தெளிவுரை: பாடலின் உட்கருத்து என்ன என்பதைத் தெளிவுபடுத்துவது

5. காண்டிகையுரை: பாடலின் கருத்து, சொற்பொருள், அதனை விளக்கும் எடுத்துக்காட்டு ஆகிய மூன்றும் இடம்பெறும் உரை

84. ஆய்தம்

தமிழில் எல்லா எழுத்துகளும் உயிரெழுத்துகள் அல்லது மெய்யெழுத்துகள் அல்லது உயிர்மெய்யெழுத்துகள்தாம், இந்த மூன்றிலும் சேராமல் தனித்திருக்கும் ஒரே எழுத்து, முப்புள்ளியெழுத்தான 'ஆய்தம்'.

'ஃ' என எழுதப்பட்டு 'அக்' என உச்சரிக்கப்படும் இந்த எழுத்தை 'அக்கன்னா' என்றும் 'அஃகேனம்' என்றும் சொல்வார்கள். இதன் வேறு பெயர்கள்: தனிநிலை, புள்ளி, ஒற்று.

'ஆய்த' எழுத்து என்ற பெயர் எதனால் வந்திருக்கும்?

இதற்கு இரண்டு சுவையான காரணங்கள் சொல்லப்படுகின்றன. இரண்டும் வெவ்வேறு பொருள்களைச் சுட்டுகிறவை.

'ஆய்தல்' என்றால், நுணுக்கமாகப் பார்த்தல் என்று பொருள், 'ஆராய்தல்' என்று சொல்கிறோமல்லவா? அதுவும் இதே 'ஆய்தல்'தான்: ஒரு விஷயத்தைக் கவனித்துப் புரிந்துகொள்ளுதல்!

வீட்டில் கீரை சமைக்கும்போது, 'இதை ஆய்றதுக்குள்ள போதும்போதும்ன்னு ஆகிடுச்சு' என்பார்கள், அதுவும் இதே 'ஆய்தல்'தான்: நுணுக்கமாகக் கவனித்துக் கீரையிலிருக்கும் அசுத்தங்களை நீக்குதல்!

என். சொக்கன்

இதற்கும் 'ஆய்த' எழுத்துக்கும் என்ன தொடர்பு?

ஆய்த எழுத்தானது ஒலியை நுண்மையாக்கும், மென்மையாக்கும், இதைப் புரிந்துகொள்ள, 'அது' என்றும் 'அஃது' என்றும் சொல்லிப்பாருங்கள், இரண்டாவது சொல்லில் இருக்கும் வல்லின எழுத்தான 'து', சற்றே மென்மையாக ஒலிக்கும்.

இதுபோல, 'ஃ' என்ற எழுத்து வல்லின எழுத்துகளை நுணுக்கி ஒலிக்கச்செய்வதால், அதனை 'ஆய்த எழுத்து' என்று அழைப்பதாகச் சொல்கிறார்கள். அதாவது, ஆய்தலைச் செய்யும் எழுத்து.

இன்னொரு விளக்கம், 'ஆய்தம்' என்பதை 'ஆயுதம்' என்ற பொருளில் எடுத்துக்கொள்கிறது.

எந்த ஆயுதம்?

'சூலம்' எனப்படும் மூவிலைவேலில் மூன்று முனைகள் உள்ளன. அதில் நடு முனை கொஞ்சம் உயரத்தில் இருக்கும், மற்ற இரு முனைகளும் சற்றே கீழே இருக்கும். அந்த முனைகளைத் தொகுத்துப்பார்த்தால், 'ஃ'போலவே தெரியும். ஆயுதத்தின் வடிவம் என்பதால், அது 'ஆய்த எழுத்து' என்கிறார்கள்.

அதேபோல், பழங்காலச் சரித்திரக்கதைகளைப் படிக்கும்போது, அதிலிருக்கும் போர் ஓவியங்களைக் கவனித்துப்பாருங்கள், அல்லது, அருங்காட்சியகங்களில் இருக்கும் போர்வீரர்களின் சிலைகளைப் பாருங்கள், அவர்களுடைய கையிலிருக்கும் கேடயத்தில் மூன்று குமிழ்கள் இருக்கும், அவை 'ஃ' வடிவில் அமைந்திருக்கும். இதுவும் 'ஆய்த எழுத்து' என்ற பெயருக்குக் காரணமாகியிருக்கலாம்.

ஆனால் ஒன்று, அதனை 'ஆயுத எழுத்து' என்று எழுதவேண்டாம், 'ஆய்த எழுத்து' என்பதே சரி, நமக்குக் கிடைத்துள்ள பழந்தமிழ் இலக்கண நூலான தொல்காப்பியம் இந்த எழுத்தை அப்படித்தான் அழைக்கிறது!

பெயர் இருக்கட்டும், ஆய்த எழுத்தை எங்கே பயன்படுத்துவது?

இன்றைய பேச்சுவழக்கில் ஆய்தம் அநேகமாகப்

பயன்படுத்தப்படுவதே இல்லை, ஆனால் எழுத்தில் ஆங்காங்கே பார்க்கிறோம். எடுத்துக்காட்டாக, எஃகு, இஃது, அஃறிணை, பஃறுளி (ஓர் ஆற்றின் பெயர்)...

இந்தச் சொற்கள் அனைத்திலும் சில ஒற்றுமைகளைக் கவனித்தீர்களா:

★ அனைத்தும் குறிலில் தொடங்குகின்றன

★ அதன்பிறகு ஆய்த எழுத்து வருகிறது

★ அதைத்தொடர்ந்து ஒரு வல்லின எழுத்து வருகிறது

★ ஆய்தம் சொல்லின் தொடக்கத்திலோ கடைசியிலோ வருவதில்லை

ஆனால், 'ஃபோன்' என்று சொல்லும்போது, ஆய்தம் சொல்லின் தொடக்கத்தில் வருகிறதே!

முதலில், 'ஃபோன்' என்பது தமிழ்ச்சொல்லே அல்ல. '*f*' என்ற ஆங்கில ஒலியைக் குறிப்பதற்காக நாம் 'ஃப்' என்ற எழுத்தைப் பயன்படுத்துகிறோம், அவ்வளவுதான். ஃபர்ஸ்ட், காஃபி, ஃப்ரெண்ட், காஃப்கா (ஓர் எழுத்தாளரின் பெயர்) என்று பல இடங்களில் இதைப் பார்க்கலாம். இவை அனைத்தும் பிறமொழிச்சொற்கள், இவற்றில் '*f*'க்குப்பதில் 'ஃப்' என்று எழுதுவது ஒரு பழக்கம்தான், 'ப' எனும் வல்லின ஒலியை நுணுக்கமாக்கி '*fa*' என ஒலிக்கச்செய்கிறது என்ற நம்பிக்கையில்தான் நாம் இவ்வாறு எழுதுகிறோம், மற்றபடி இதற்கென்று தனி இலக்கணமெல்லாம் கிடையாது, சொல்லின் தொடக்கத்தில் ஆய்தம் இடம்பெறும் மரபும் தமிழில் இல்லை!

★★★

85. குறிப்பெடுக்கலாமா?

1. கவிதா... பள்ளி... கல்... தடுக்கியது... விழுந்தாள்... வலி... இரத்தம்... மருத்துவர்... மருந்து... சிரிப்பு.
2. கவிதா என்ற சிறுமி பள்ளிக்குச் சென்றுகொண்டிருந்தாள், வழியில் ஒரு கல் அவளைத் தடுக்கிவிட்டது, கீழே விழுந்தாள், காயம்பட்டுக்கொண்டாள், மிகுந்த வலி, இரத்தம் கொட்டியது, அவளை மருத்துவரிடம் அழைத்துச் சென்றார்கள், அவர் அவளுக்கு மருந்து போட்டார், அவள் வலி குறைந்து சிரித்தாள்.

இது என்ன என்று புரிகிறதா?

மேலே உள்ள இரு பத்திகளுமே ஒரே விஷயத்தைத்தான் சொல்கின்றன. ஆனால் சில வித்தியாசங்கள்:

★ முதல் பத்தியில் பத்தே சொற்கள், இரண்டாவது பத்தியில் இருபத்தெட்டு சொற்கள்

★ முதல் பத்தி படித்தவுடன் புரியாது, கொஞ்சம் யோசித்துப் புரிந்துகொள்ளவேண்டும், இரண்டாவது பத்தி உடனே புரியும்

★ முதல் பத்தியை எழுதச் சில விநாடிகள் போதும், இரண்டாவது பத்தியை எழுத ஒரு நிமிடமாவது ஆகும்

உங்கள் வகுப்பில் ஆசிரியர் பாடம் நடத்துகிறார். விறுவிறுவென்று பல விஷயங்களைச் சொல்லிச்செல்கிறார், அவை அனைத்தையும் நீங்கள் பின்னர் நிதானமாகப் படிக்க விரும்புகிறீர்கள், அப்போது இவற்றில் எந்த முறையைப் பயன்படுத்திக் குறிப்பு எழுதுவீர்கள்?

இரண்டாவது முறையில் எழுதுவதுதான் சிறந்தது, ஆனால், அதற்கு அதிக நேரமாகும், நீங்கள் முதல் வரியை எழுதுவதற்குள் ஆசிரியர் இரண்டாவது வரியைச் சொல்லிவிடுவார், அதை எழுதுவதற்குள் மூன்றாவது வரியைச் சொல்லிவிடுவார்... உங்களால் அவர் சொல்வதை முழுமையாக எழுதவே இயலாது. காரணம், மனிதர்கள் பேசும் வேகத்துடன் ஒப்பிடும்போது, எழுதும் வேகம் மிகக்குறைவு.

அதுபோன்ற நேரங்களில்தான், முதல் முறை நல்ல பலன் தருகிறது. இங்கே நாம் முழு வாக்கியங்களையும் எழுதுவதில்லை, குறிப்புகளைமட்டும் எடுத்துக்கொள்கிறோம், பின்னர் அவற்றைமட்டும் வாசிக்கும்போது முழு வாக்கியங்களும் நம் மனத்தில் ஓடுகின்றன.

இப்படி வாக்கியங்களைக் குறிப்பாக எழுதுவதில் பல நன்மைகள் உண்டு. எடுத்துக்காட்டாக, பேச்சாளர்கள் தாங்கள் அன்றைக்குப் பேசவேண்டிய விஷயங்களைக் குறிப்புகளாக எழுதிச்செல்வார்கள், பின்னர் அந்தத் தாளைப் பார்த்தபடி தங்களுடைய நடையில் பேசுவார்கள், பத்திரிகையாளர்கள் பிரபலங்களைப் பேட்டிகாணும்போது, அவர்கள் சொல்லும் விஷயங்களைக் குறிப்புகளாக எழுதிக்கொள்வார்கள், பின்னர் அந்தக் குறிப்புகளை விரிவுபடுத்தி முழுப்பேட்டியையும் எழுதுவார்கள்.

இதனால், எழுதப்பழகும் எல்லாருக்கும் இந்த இரு முறைகளுமே தெரிந்திருப்பது நல்லது. விரிவான விவரங்களைக் குறிப்புகளாக எழுதிப்பார்ப்பதும், குறிப்புகளிலிருந்து விரிவான வாக்கியங்களை

எழுதிப்பார்ப்பதும் உங்களுடைய எழுத்தை மெருகேற்றும்.

எடுத்துக்காட்டாக, இந்தக் கட்டுரையைக் குறிப்புகளாக எழுதிப்பாருங்கள், எத்தனை சொற்கள் வருகின்றன? 40 சொற்களா? அதை 35ஆகக் குறைக்கமுடியுமா என்று பாருங்கள், இது ஒரு நல்ல சவால்.

அதேசமயம், ரொம்பவும் சுருக்கிவிடக்கூடாது. 'ரவி மணியை அடித்தான்' என்பதை 'ரவி... மணி... அடி' என்று சுருக்கினால், ரவி மணியை அடித்தானா, அல்லது மணி ரவியை அடித்தானா என்பதே புரியாது.

ஆகவே, தேவையான விஷயங்களைக் கண்டிப்பாக எழுதவேண்டும், எளிதில் ஊகிக்கக்கூடிய விஷயங்களை விட்டுவிடவேண்டும், அப்படிச்செய்தால் விரைவாகவும் எழுதலாம், அதை நிறைவாகவும் புரிந்துகொள்ளலாம்.

இந்தப் பயிற்சியின் அடுத்தகட்டம், குறிப்புகளைத் தாளில் எழுதாமல் மனத்தில் எழுதிக்கொள்வது, இதுஒரு நல்ல மொழிப்பயிற்சிமட்டுமல்ல, சிறந்த நினைவுப்பயிற்சியும்கூட, ஒருவர் பேசுவதன் முக்கிய அம்சங்களைமட்டும் நினைவில் வைத்துக்கொண்டு, பின்னர் அவர் என்ன பேசினார் என்பதை இயன்ற அளவு துல்லியமாக நினைவுக்குக் கொண்டுவரப் பழகினீர்கள் என்றால், அது உங்களுக்குத் தேர்வுகளிலும் பிற பணிகளிலும் துணைபுரியும்.

86. நரிவிருத்தம்

யாரைப்பற்றியெல்லாம் புத்தகங்கள் எழுதப்படும்? கடவுளைப்பற்றி எழுதுவார்கள், மன்னர்களைப்பற்றி எழுதுவார்கள், பொதுமக்களைப்பற்றி எழுதுவார்கள், பெரிய பிரபலங்களைப்பற்றி எழுதுவார்கள்...

ஆனால், ஒரு நரியைப்பற்றி எழுதப்பட்ட அதிசயப் புத்தகம் தமிழில் உண்டு, தெரியுமா?

அந்த நூலின் பெயரே 'நரிவிருத்தம்'தான். பெயருக்கேற்ப ஐம்பது விருத்தப்பாடல்களில் அமைந்த நூல் அது, எழுதியவர் திருத்தக்கதேவர்.

அதென்ன விருத்தப்பாடல்?

மூன்று அல்லது நான்கடிகளைக்கொண்ட, அந்த அடிகள் ஒவ்வொன்றும் ஒரே அளவில் அமைந்த பாடல்களை 'விருத்தம்' என்பார்கள். எடுத்துக்காட்டாக, இலந்தை சு. இராமசுவாமி அவர்கள் எழுதிய ஒரு குழந்தைப்பாடல் விருத்தம்:

> சின்னச் சின்னக் கண்ணாடி, சித்தி தந்த கண்ணாடி,
> என்னைப் பார்க்கும் கண்ணாடி, எனக்குப் பிடித்த கண்ணாடி,
> முன்னே நின்று சிரித்துப்பார், முகத்தில் சிரிப்பை அதுகாட்டும்,
> என்ன என்ன செய்தாலும், இடத்தை வலமாய் மாற்றிவிடும்.

கண்ணாடி இருக்கட்டும், நரிக்கு வருவோம், அதன்பெயரில் விருத்தம் எழுதுமளவுக்கு அந்த நரி என்ன செய்தது?

அன்றைய குறிஞ்சிநிலம், அதாவது, மலை, மலைசார்ந்த பகுதிகளில் வாழ்ந்தோரைக் 'குறவர்கள்' என்பார்கள்.

அப்படியொரு குறவர், தன்னுடைய வயலிலே தினை விதைத்திருந்தார். அதைத் தின்பதற்காக ஒரு யானை வந்தது.

உடனே, அந்தக் குறவர் தன்னுடைய வில்லைக் கையில் எடுத்துக் கொண்டார், யானையைக் கொல்வதற்காகக் குறிபார்த்தார்.

அப்போது, எதேச்சையாக அவர் ஒரு பாம்புப்புற்றை மிதித்துவிட்டார், அதிலிருந்த பாம்பு அவருடைய காலைத் தீண்டிவிட்டது.

அதேநேரம், அவருடைய வில்லிலிருந்து அம்பு வெளியேறிச் சென்றது, அவர் குறிவைத்த யானையைக் கொன்றுவிட்டது.

மறுகணம், பாம்பு தீண்டிய குறவர் கீழே விழுந்தார், அவருடைய கையிலிருந்த வாள் அந்தப் பாம்பை வெட்டியது. இதனால், ஒரே விநாடியில் யானை, குறவர், பாம்பு மூவரும் இறந்துவிட்டார்கள்.

இதைப் பார்த்துக்கொண்டிருந்த ஒரு நரிக்கு மிகவும் மகிழ்ச்சி. 'ஆஹா, இந்த மூன்றுபேருடைய மாமிசத்தையும் நான் பலநாள் வைத்திருந்து சாப்பிடுவேன்' என்று எண்ணி ஓடிவந்தது, குறவனின் கையிலிருந்த வில்லைக் கடித்தது.

அவ்வளவுதான், படாரென்று வில் தெறித்தது, நரியும் இறந்து வீழ்ந்தது.

அத்தனை பெரிய யானை இறந்துகிடக்கிறது, பக்கத்திலேயே குறவர் கிடக்கிறார், கீழே பாம்பு கிடக்கிறது, இதையெல்லாம் தின்னாமல் வில்லின்மீது ஆசைப்பட்டுக் கடித்தது அந்த நரி, அதற்கு விலையாகத் தன் உயிரையே கொடுத்தது. பேராசை பெருநஷ்டம்.

நரி விருத்தம் இதோடு முடியவில்லை. பேராசையால் அவதிப்பட்ட இன்னொரு நரியின் கதையும் இதில் உண்டு.

இந்த நரி ஒரு போர்க்களத்துக்குச் சென்றது, அங்கே பலர் இறந்துகிடந்தார்கள். 'இத்தனை பேருடைய மாமிசங்களையும் நான் உண்பேன்' என்று அந்த நரி மகிழ்ந்தது.

ஆனால், போர்க்களத்தில் ஒரு நரி திரிந்துகொண்டிருந்தால் யாராவது பார்த்து விரட்டிவிடுவார்களே!

இதை யோசித்த நரிக்கு ஒரு நல்ல யோசனை தோன்றியது: போர்க்களத்தில் தானும் இறந்துவிட்டதுபோல் விழுந்துகிடந்தால், யாரும் கண்டுகொள்ளமாட்டார்கள், பிறகு, அவர்கள் பார்க்காதபோது எல்லா மாமிசத்தையும் சாப்பிடலாம்.

இதற்காக, அந்த நரி அங்கேயே சுருண்டுவிழுந்தது, இறந்ததுபோல் நடித்தது.

அப்போது அங்கே ஒரு வீரன் வந்தான், இறந்ததுபோல் கிடந்த நரியைப் பார்த்தான். 'இதன் தோல் என்னுடைய கேடயத்துக்கு ஆகுமே' என்று நினைத்தான்.

உடனே, அவன் தன்னுடைய வாளால் அந்த நரியை வெட்டினான், நடித்துக்கொண்டிருந்த நரி உண்மையிலேயே இறந்துபோனது.

இப்படி நரிவிருத்தத்தில் பலப்பல நீதிக்கதைகள் உள்ளன, அறநெறிகளை எளிமையாகப் புரியவைக்கின்றன.

★★★

87. நெசவுத்தொழில்

'மாமா, சட்டை புதுசா?' என்று கேட்டபடி வந்தான் சுதாகர்.

'ஆமா, நல்லாயிருக்கா?' என்றார் அவனுடைய மாமா மகேந்திரன்.

'பிரமாதமா இருக்கு!'

'இந்தச் சட்டையிலே ஒரு சிறப்பு இருக்கு, தெரியுமா?'

'என்ன சிறப்பு மாமா?'

'இது கைத்தறித் துணியிலே தெச்சது!' என்று பெருமையோடு சொன்னார் மகேந்திரன்.

'கைத்தறியா? அப்படீன்னா என்ன?'

'தறின்னா நெசவுத்தொழில் செய்யற கருவி. அதைக் கையால இயக்கினா கைத்தறி, மின்சாரத்தாலே விசையோட இயக்கினா விசைத்தறி.'

சுதாகர் குழப்பத்தோடு தலையைச் சொறிந்தான், 'நெசவுத் தொழிலா? அதுவும் சரியாப் புரியலையே!'

'நிஜமாவா சொல்றே?' வியப்புடன் கேட்டார் மகேந்திரன், 'நீ நெசவாளிங்களைப் பத்திக் கேள்விப்பட்டதில்லையா?'

'ம்ஹூம், அந்தச் சொல்லே புதுசா இருக்கு, எனக்குக் கொஞ்சம் விளக்கிச்சொல்லுங்களேன்.'

மகேந்திரன் தன்னுடைய செல்பேசியைப் பிரித்துச் சில புகைப்படங்களை எடுத்துக்காட்டினார், 'இதோ, இதுதான் கைத்தறி' என்றார், 'கிராமத்துல என்கூடப் படிச்ச சிலர் நெசவாளிங்க, அவங்க வீட்ல இப்பவும் கைத்தறி வேலை நடக்குது. அங்கே எடுத்த படம்தான் இதெல்லாம்.'

'மாமா, நெசவுத்தொழில், நெசவாளி, தறின்னு என்னென்னவோ சொல்றீங்க, எனக்கு ஒண்ணுமே புரியலையே.'

'நாம உடுத்தற ஆடை எங்கிருந்து வருதுன்னு எப்பவாச்சும் யோசிச்சிருக்கியா?'

'அதான் தெரியுமே, கடையிலேர்ந்து வருது.'

'அது சரி, கடைக்கு எங்கேர்ந்து வருது?'

'ம்ம்ம்... தெரியலையே!'

'வேட்டியும் சட்டையும் மரத்துலயா காய்க்குதுன்னு ஒரு பழமொழி சொல்வாங்க, அதாவது, நாம உடுத்தற ஆடைகள் எதுவும் சுலபமா கிடைக்கிறதில்லை, யாரோ சிரமப்பட்டு அவற்றை உருவாக்கறாங்க.'

'யாரு மாமா அது?'

'அவங்களுக்குப்பேருதான் நெசவாளிங்க, உழைக்கிறவனை உழைப்பாளின்னு சொல்றோம், உழுகிறவனை உழவாளின்னு சொல்றோமே, அந்தமாதிரி, நெசவுத்தொழில் செய்யறவங்களை நெசவாளிங்கன்னு சொல்வாங்க' என்றார் மகேந்திரன், 'நீ உருப்பெருக்கிக்கண்ணாடியைப் பார்த்திருக்கியா?'

'ஓ! பார்த்திருக்கேனே, அதன்வழியா எதைப்பார்த்தாலும் ரொம்பப் பெரிசாத் தெரியும்.'

'ஆமா, அந்தமாதிரி நாம அணிஞ்சிருக்கிற ஆடைகளைப் பெரிசுபண்ணிப் பார்த்தோம்ன்னா, அதுல அங்கங்கே நூல்கள் ஓடறதைப் பார்க்கலாம்.'

'அப்படியா மாமா?' என்று வியந்தான் சுதாகர். 'என் துணியிலயும் இந்தமாதிரி இருக்குமா?'

'எல்லாத் துணியிலயும் இருக்கும்' என்றார் மாமா, 'கவனிச்சுப்பார்த்தா, சில நூல்கள் குறுக்கே அங்கும் இங்கும் ஓடும், சில நூல்கள் மேலும் கீழுமா ஓடும்.'

'எங்க பள்ளிக்கூடத்துல வீட்டுக்குப்போற மணி அடிச்சதும் பசங்க ஆளுக்கொரு திசையில ஓடறமாதிரியா?' என்று சுதாகர் கேட்டதும், இருவரும் பெரிதாகச் சிரித்தார்கள்.

'ஆனா, உங்க பசங்கமாதிரி நூலெல்லாம் அங்கும் இங்கும் கண்டபடி ஓடாது, அதுலயும் ஓர் ஒழுங்கு இருக்கும், அந்த ஒழுங்குதான் ஆடைக்கு வலுவையும் அழகையும் தருது' என்றார் மகேந்திரன், 'அது சரி, இந்த நூல்களையெல்லாம் இப்படி ஓடவெச்சது யாரு?'

சற்றே யோசித்த சுதாகர், 'நெசவாளியா மாமா?' என்றான்.

'சரியாச்சொன்னே' என்று அவன் கன்னத்தைச் செல்லமாகக் கிள்ளினார் மகேந்திரன், 'நான் முன்னே சொன்ன தறிங்கற கருவியிலே இதுபோல நூல்களைக் குறுக்கும் நெடுக்குமா விட்டுப் பின்னறதுக்கான வசதி இருக்கும்.'

'இந்த ரெண்டு நூலுக்கும் பேர் உண்டா மாமா?'

'உண்டு, மேலிருந்து கீழே வர்ற நூலைப் 'பாவு'ன்னு சொல்வாங்க, ஆங்கிலத்துல warp, அதேமாதிரி, இடமும் வலமுமா குறுக்கே போற நூலை 'ஊடு'ன்னு சொல்வாங்க, ஆங்கிலத்துல weft.'

'இந்த நூலெல்லாம் எங்கிருந்து வருது மாமா?'

'நீ பஞ்சு பார்த்திருக்கேதானே? அந்தப் பஞ்சை, அதாவது, பருத்தி இழைகளைத் திரிச்சு நூலாக்குவாங்க' என்றார் மகேந்திரன்.

சுதாகர் கொஞ்சம் யோசித்துவிட்டு, 'ஆனா, பஞ்சு வெள்ளையாதானே மாமா இருக்கும்' என்றான், 'நம்ம ஆடைகள் பல வண்ணங்கள்ல இருக்கே.'

'ஆமா சுதாகர், பஞ்சுலேர்ந்து வர்ற வெள்ளை நூலுக்கு நம்ம விருப்பப்படி வண்ணச்சாயம் பூசலாம், நீலம், சிவப்பு, பச்சைன்னு விதவிதமா அழகுபார்க்கலாம்.'

'அதுக்கப்புறம், அந்தப் பலவண்ண நூல்களைக் கைத்தறியிலே ஊடு, பாவாப் பொருத்துவாங்க, அப்படி ஒரு நெசவாளி மணிக்கணக்கா சிரமப்பட்டு உருவாக்கின அழகான துணி இது!' என்று பெருமையுடன் காலரைத் தூக்கிவிட்டுக்கொண்டார் மகேந்திரன். 'இது வெறும் துணி இல்லை, ஒரு கலைப்படைப்புன்னே சொல்லலாம்.'

'அப்போ நான் போட்டிருக்கிற துணி?'

'அது ஒரு மின்சார நெசவாளி செஞ்சது' என்று சிரித்தார் மகேந்திரன், 'அதாவது, இயந்திரத் தயாரிப்பு, அநேகமா அதுல இருக்கிற இழைகூட தொழிற்சாலையிலே உருவான ரசாயனமாதான் இருக்கும்.'

'இன்னிக்கு நாம வசதிக்காக இந்தமாதிரி தொழிற்சாலைத் தயாரிப்புகளை அதிகம் பயன்படுத்தறோம், அதுல தப்பில்லை, அதேசமயம், கைத்தறித்தொழில் செய்யற நெசவாளிகளையும் நாம ஊக்குவிக்கணும், பண்டிகைக்காலத்துல அவங்க தயாரிக்கிற ஆடைகளை வாங்கினா அவங்களுக்கும் மகிழ்ச்சி, நமக்கும் மகிழ்ச்சி!'

'உண்மைதான் மாமா' என்றான் சுதாகர், 'அடுத்தமாசம் எனக்குப் பிறந்தநாள் வருது, அதுக்குக் கைத்தறிச்சட்டைதான் வாங்கணும்ன்னு அப்பாகிட்டே சொல்லப்போறேன்!'

★★★

88. பட்டணம், பட்டினம்

சென்னை நகரைச் சிலர் 'சென்னைப் பட்டணம்' என்று எழுதுவார்கள். பேச்சிலும் இச்சொல் பயன்பாட்டில் இருக்கிறது. கிராமப்புறங்களில் யாராவது சென்னைக்குச் சென்றால், 'பட்டணத்துக்குப் போறியா?' என்று விசாரிப்பதுண்டு.

ஆனால், இந்தப் பெருமை சென்னைக்குமட்டும் சொந்தமானதல்ல. மதுரைக்குச் சென்றாலும் அவர்கள் அதைப் 'பட்டணம்' என்றுதான் அழைக்கிறார்கள். 'மதுரைப் பட்டணம்', 'டில்லிப் பட்டணம்', 'பம்பாய்ப் பட்டணம்' என்று பலவிதமாகச் சொல்கிறார்கள். ஆக, கிராமவாசிகளைப் பொறுத்தவரை, 'பட்டணம்' என்பது ஒரு பெரிய ஊர். பலவிதமான மக்கள் சேர்ந்து வாழ்கிற, பல வசதிகளைக்கொண்ட ஒரு பகுதி.

தமிழ்நாட்டில், 'காவிரிப்பூம்பட்டினம்', 'நாகப்பட்டினம்' என்றெல்லாம் ஊர்கள் இருக்கின்றன. அந்தப் பெயர்களும் இப்படி வந்தவைதானா? கவனியுங்கள், இந்த ஊர்களின் பெயர்களில் 'பட்டணம்' என்ற சொல் இல்லை, 'பட்டினம்' என்ற சொல்தான் இருக்கிறது. இரண்டுக்கும் என்ன வித்தியாசம்?

தமிழர்கள் துறைமுக நகரங்களையெல்லாம் பட்டினம் என்றழைத்ததாக எழுதுகிறார் மொழிஞாயிறு ஞா. தேவநேயப் பாவாணர். இவை பட்டணங்கள் அல்ல, பட்டினங்கள்.

இந்தச் சொல், 'பதிதல்' என்ற வினைச்சொல்லிலிருந்து வந்திருப்பதாக விளக்குகிறார் பாவாணர். மற்ற ஊர்களோடு ஒப்பிடும்போது, துறைமுகங்கள், கடற்கரையோர ஊர்கள் கடல்மட்டத்தையொட்டித் தாழ்வாக இருக்குமல்லவா? ஆகவே, பள்ளமான நிலம் 'பதிந்த நிலம்' என அழைக்கப்பட்டது, அதிலிருந்து பதனம் என்ற சொல் வந்து, அது பத்தனம், பட்டனம் என்று மாறி, 'பட்டினம்' என்றானது.

பதனம் என்பதற்குப் பாவாணர் இன்னொரு பொருளும் தருகிறார்: பாதுகாப்பு. துறைமுகத்துக்கு வரும் படகுகள் அங்கே பாதுகாப்பாகத் தங்கியிருந்து பொருள்களை ஏற்றி, இறக்குவதால் அவை 'பதனம்' என அழைக்கப்பட்டு, பின்னர் 'பட்டினம்' என மாறியிருக்கலாம்.

அன்றைய தமிழகத்தில் காவிரிப்பூம்பட்டினம், நாகப்பட்டினம் ஆகியவை துறைமுக நகரங்கள். ஆகவே, அவற்றின் ஊர்ப்பெயரே 'பட்டினம்' என அமைந்தது.

ஆக:

★ பட்டணம் = பெரிய நகரம்

★ பட்டினம் = துறைமுக நகரம் (அல்லது) கடற்கரையில், தாழ்வான பகுதியில் அமைந்த நகரம்

ஒருவேளை துறைமுக நகரமே ஒரு மிகப்பெரிய நகரமாக இருந்துவிட்டால்?

அப்போது அதனைப் பட்டணம் என்றும் அழைக்கலாம், பட்டினம் என்றும் அழைக்கலாம், உதாரணமாக, சென்னை, பம்பாய், கொல்கத்தா போன்ற நகரங்கள் பட்டணங்களாகவும் பட்டினங்களாகவும் திகழ்கின்றன.

அதேசமயம், தில்லி என்பது பட்டணம்தான், அங்கே கடலும் இல்லை, கடற்கரையும் இல்லை, துறைமுகமும் இல்லை, ஆகவே, அது பட்டினமாகமுடியாது!

௪௯. ஐந்து அங்கங்கள்

கொஞ்சம் கதை பேசலாமா?

பழைய கதைதான். ஆனாலும் பரவாயில்லை. கவனமாகக் கேளுங்கள். அதன்பிறகு, இதைப்பற்றி ஒரு ரகசியம் சொல்கிறேன்.

ஒரு ஊரில் ஒரு பையன் இருந்தானாம். அவன் ரொம்பச் சுறுசுறுப்பாம். எந்நேரமும் அங்குமிங்கும் ஓடிக்கொண்டே இருப்பானாம்.

அந்தப் பையனிடம் ஒரு கெட்ட பழக்கம் உண்டு. எப்போதும் ஏதாவது பொய்சொல்லி மற்றவர்களை ஏமாற்றுவான். அவர்கள் பதறும்போது, கேலிசெய்து சிரிப்பான். உதாரணமாக, திடீரென்று ‘புலி, புலி, புலி’ என்று கத்துவான். அக்கம்பக்கத்தில் உள்ளவர்கள் பயத்தோடு புலியைத் தாக்கத் தயாராவார்கள். இவன் விழுந்து விழுந்து சிரிப்பான். ‘சும்மா சொன்னேன், ஏமாந்துட்டீங்களா?’ என்பான்.

ஒருநாள், அவன் ஊருக்கு வெளியிலிருந்த மைதானத்தில் விளையாடிக்கொண்டிருந்தான். அப்போது, அங்கே நிஜமாகவே ஒரு புலி வந்துவிட்டது. பயந்துபோன அவன், ‘புலி, புலி... என்னைக் காப்பாத்துங்க’ என்று கத்தினான்.

அந்தச் சத்தம் ஊர்மக்கள் காதில் விழுந்தது. ஆனால், அவர்கள் அவனை நம்பவில்லை. 'பய எப்பவும்போல நம்மை ஏமாத்தறான்' என்று நினைத்தார்கள். தங்களுடைய வேலையைப் பார்த்துக்கொண்டிருந்தார்கள். யாரும் அவனுடைய உதவிக்கு வரவில்லை.

எப்படியோ புலியிடமிருந்து ஓடித் தப்பினான் அந்தப் பையன். அப்போதுதான் அவனுக்குப் புத்தி வந்தது. 'இனிமே யார்கிட்டயும் பொய்சொல்லி ஏமாத்தமாட்டேன்' என்று நினைத்துக்கொண்டான்.

கதை முடிந்தது. இதில் என்ன ரகசியம்?

இந்தக் கதை ஐந்து பத்திகளாக உள்ளது. அவற்றைக் கவனித்துப் பாருங்கள். அவை கதையின் வளர்ச்சியைக் காட்டுகின்றன.

விதையொன்று முளையாகி, செடியாகி, மரமாகிக் காய்த்துப் பழுத்து நிற்பதுபோல, ஒவ்வொரு கதையும் தொடங்கி, வளர்ந்து, விரிகிறது. வாசிப்போரை ஈர்க்கிறது.

நாடக இலக்கணம் இதனை ஐந்து 'சந்தி'களாக, அதாவது, ஐந்து பிரிவுகளாகப் பிரிக்கிறது: முகம், பயிர்முகம், கருப்பம், விளைவு, துய்த்தல்.

1. முகம்: விதையானது முளையாக வெளிவருவதுபோல, கதையின் தொடக்கத்தைச் சொல்கிறது, கதைமாந்தரை அறிமுகப்படுத்துகிறது

2. பயிர்முகம்: முளைத்த நாற்றில் இலை தோன்றுவதுபோல, கதையை வளர்த்துச்செல்கிறது

3. கருப்பம்: வளர்ந்த பயிரில் தானியமணிகள் தோன்றுவதுபோல, கதையின் முக்கியக்கருத்து வெளிப்படுகிறது

4. விளைவு: தானியங்கள் வளர்ந்து அறுவடைக்குத் தயாராகிவிட்டன. கதையும் முடிவை நோக்கி நகர்கிறது

5. துய்த்தல்: தானியங்கள் அறுவடை செய்யப்பட்டு உண்ணப்படுகின்றன. கதையின் பலன் கேட்போருக்குக் கிடைக்கிறது

இப்போது, மேலே உள்ள கதையை அலசிப்பாருங்கள். அல்லது, உங்களுக்குப் பிடித்த இன்னொரு கதையை எடுத்துக்கொள்ளுங்கள். அதில் இந்த ஐந்து பகுதிகளும் வெளிப்படுகின்றனவா?

இந்தச் 'சந்தி'களை 'அங்கம்' என்றும் சொல்வதுண்டு. இவற்றில் ஏதேனும் ஓர் அங்கத்தைமட்டும் எடுத்துக்கொண்டு அமைந்த நாடகங்களை 'ஓரங்கநாடகம்' என்பார்கள்.

ஓரங்கநாடகங்களும் சுவையானவைதான். ஆனால், இந்த ஐந்து அங்கங்களும் சரியாக அமையும்போது, அது மிகச்சிறப்பாக அமையும்.

൯0. வினைமுற்று

‘வந்த குதிரை.’

‘குதிரை வந்தது.’

இந்த இரு சொற்றொடர்களுக்கு என்ன ஒற்றுமை? என்ன வித்தியாசம்?

இரண்டிலும் ஒரே பெயர்ச்சொல்தான்: குதிரை.

வினைச்சொல்லும் ஒன்றேதான்: வருதல்.

ஆனால், அந்த வினைச்சொல் இரு சொற்றொடர்களிலும் வெவ்வேறுவிதமாகப் பயன்படுத்தப்பட்டிருக்கிறது: வந்த, வந்தது. இந்த இரு சொற்களுக்கும் இடையே ஓரெழுத்துதான் வித்தியாசம். ஆனால், அதனால் அவற்றின் பயன்பாடே மாறிப்போகிறது.

‘வந்த’ என்ற சொல் தனித்துப் பொருள் தருவதில்லை. அதற்குப் பின்னால் இன்னொரு சொல் வரவேண்டும். அப்போதுதான் அது பொருள் தரும். எடுத்துக்காட்டாக: வந்த அண்ணன், வந்த அமைச்சர், வந்த பந்து...

ஆனால், ‘வந்தது’ என்ற சொல் அவ்வாறில்லை. அது தனித்தே பொருள் தருகிறது. அதோடு சொற்றொடர் முற்றுப்பெறுகிறது.

எது வந்தது என்ற கேள்விக்கான பதிலை, அதற்கு முன்பே சொல்லிவிடவேண்டும்: மாடு வந்தது, யானை வந்தது, பந்து வந்தது...

ஆக, 'வந்த' என்ற சொல் முழுமைபெறாமல் குறைந்துநிற்கிறது. அதனை 'எச்சம்' என அழைக்கிறோம்.

'வந்தது' என்ற சொல் ஏற்கெனவே முழுமைபெற்றுள்ளது. அதனை 'முற்று' என அழைக்கிறோம்.

'முற்று' என்ற சொல்லை நீங்கள் பல இடங்களில் பார்த்திருக்கலாம். இதோ, சென்ற சொற்றொடரின் நிறைவில் வந்திருக்கும் நிறுத்தற்குறியை 'முற்றுப்புள்ளி' என்றுதானே அழைக்கிறீர்கள்? அதன் பொருள், 'சொற்றொடரை முற்றுப்பெறச் செய்கிற, முழுமைபெறச்செய்கிற புள்ளி.'

சிலரை 'முற்றும் துறந்த முனிவர்' என்பார்கள். அதன் பொருள், 'அனைத்தையும் துறந்து தவவாழ்க்கை வாழ்கிறவர்.'

பத்திரிகைகளில் வரும் தொடர்கள் நிறைவடையும்போது, 'முற்றியது' என்று குறிப்பிடுவார்கள். அதன் பொருள் 'முழுமையடைந்தது.'

இந்த எடுத்துக்காட்டுகளிலிருந்து, 'முற்று' என்ற சொல் 'முழுமை' எனும் பொருளில் வருவதை அறிகிறோம். ஒரு வினைச்சொல் முழுமையான பொருளில் எழுதப்படும்போது, அதனை 'வினைமுற்று' என்கிறோம். வினைமுற்றில் இரண்டு வகைகள் உண்டு: தெரிநிலை வினைமுற்று, குறிப்பு வினைமுற்று.

'தெரிநிலை' என்றால், வெளிப்படையாகத் தெரியும் நிலை என்று பொருள். இதில் காலம் வெளிப்படையாகத் தோன்றும்.

எடுத்துக்காட்டாக, 'வந்தது' என்ற வினைமுற்றை எடுத்துக் கொள்வோம். இது கடந்தகாலம் என்பது வெளிப்படையாகத் தெரிகிறதல்லவா?

இதையே 'வரும்' என்று எழுதினால், அது எதிர்காலம் ஆகிவிடும். 'வருகிறது' என்று எழுதினால் நிகழ்காலம் ஆகிவிடும்.

குறிப்பு வினைமுற்றில் காலம் வெளிப்படையாகத் தெரியாது. ஒரு வினையைச் செய்தவர் யார் என்பதுமட்டுமே தெரியும்.

எடுத்துக்காட்டாக, 'பொன்னன்' என்ற சொல்லை எடுத்துக்கொள்வோம். இது 'பொன்னை உடையவன்' என்ற பொருளை உணர்த்துகிறது. அதேசமயம், இச்சொல் பொன்னை வைத்திருந்த மனிதனையே குறிப்பிடுகிறது. அவன் செய்த செயலை (பொன்னை வைத்திருத்தல்)க் குறிப்பிடவில்லை.

அன்றாடப் பேச்சில் நாம் வினைமுற்றுகளை ஏராளமாகப் பயன்படுத்துகிறோம். இந்தக் கட்டுரையில் எத்தனை வினைமுற்றுகள் என்று எண்ணிப்பார்த்து, அவற்றில் எவையெல்லாம் தெரிநிலை வினைமுற்றுகள், எவையெல்லாம் குறிப்பு வினைமுற்றுகள் என்று குறிப்பிடுங்களேன்!

★★★

91. ஓய்வு

வெகுநேரமாகப் படித்துக்கொண்டிருக்கிறீர்கள். கொஞ்சம் ஓய்வெடுங்களேன்.

கொஞ்சம் பொறுங்கள். இந்தக் கட்டுரையைப் படித்துவிட்டு அதன்பிறகு ஓய்வெடுக்கலாம்.

யாருக்கு ஓய்வு தேவை?

கஷ்டப்பட்டு வேலை செய்தவர்களுக்குதான் ஓய்வு தேவை. உடல், மனக்களைப்பைப் போக்கி அது அவர்களைச் சுறுசுறுப்பாக்கும்.

தினசரி பகல்முழுக்கப் படிக்கிறோம்; வேலைசெய்கிறோம். இரவானால் தூங்குகிறோம். அது ஒருவகையான ஓய்வு.

நெடுந்தொலைவு பயணம் செய்கிறபோதும் களைப்பு ஏற்படும். அதுபோன்ற நேரங்களில் பயணிகள் காலை நீட்டி அமர்ந்து ஓய்வெடுப்பதற்காகப் பேருந்து நிலையங்கள், புகைவண்டி நிலையங்கள், விமான நிலையங்கள் போன்றவற்றில் தனியறையே ஒதுக்கியிருப்பார்கள். அந்த அறைக்கே 'ஓய்வறை' என்றுதான் பெயர்.

அலுவலகங்களில் சேர்ந்து பணிபுரிகிறவர்களுக்கு, அறுபது வயதில் ஓய்வளிக்கிறார்கள். அதற்குப் பெயரே 'பணி ஓய்வு' என்பார்கள். அதாவது, இனி அவர்கள் பணிக்கு வரவேண்டியதில்லை. அதிலிருந்து அவர்களுக்கு ஓய்வளிக்கப்பட்டுள்ளது.

'ஓய்' என்ற வேர்ச்சொல்லிலிருந்து 'ஓய்வு' என்ற சொல் வருகிறது. 'சாய்', 'பாய்' போன்ற சொற்களிலிருந்து, 'சாய்வு', 'பாய்வு' போன்ற சொற்கள் வருவதைப்போல.

'சாய்' என்பதை எச்சமாக எழுதும்போது, 'சாய்ந்து' என வரும். அது பேச்சுமொழியில் 'சாஞ்சு' என்று மாறும்.

அதுபோல, 'ஓய்' என்பது 'ஓய்ந்து' என்ற எச்சமாக மாறுகிறது, பேச்சுமொழியில் 'ஓஞ்சு' என்றாகிறது.

'சாய்' என்பதிலிருந்து 'சாய்தல்' என்ற சொல்லும் வருகிறது, அதைச் 'சாயுதல்' என்றும் எழுதுவார்கள். அதுபோல, 'ஓய்' என்பதிலிருந்து 'ஓய்தல்', 'ஓயுதல்' போன்ற சொற்கள் வருகின்றன.

'ஓயுதல்' என்ற சொல்லைப் பாரதியார் பாடலொன்றில் நீங்கள் கேட்டிருக்கலாம்:

'ஓயுதல் செய்யோம், தலை

சாயுதல் செய்யோம்.'

பாரதியார் ஏன் ஓய்வை வெறுக்கிறார்? களைத்துப்போனவன் கொஞ்சம் ஓய்வெடுப்பது ஒரு பெரிய தவறா?

'ஓய்'க்குப் பல பொருள்கள் உண்டு. அவற்றில் சில: தளர்தல், அழிதல், இளைப்பாறுதல்.

இந்தப் பொருள்கள் அனைத்தையும் நாம் நமது பேச்சில் பயன்படுத்துகிறோம்:

★ 'பையன் நாள்முழுக்க ஓடியாடி விளையாடினான், இப்போ ஓய்ஞ்சுபோய்ப் படுத்திருக்கான்' என்று சொல்லும்போது, ஓய் = தளர்வு

★ 'நாட்டில் தீமைகள் ஓய்ந்துவிட்டன' என்று சொல்லும்போது, ஓய் = அழிவு

★ 'கொஞ்சம் ஓய்வெடுத்துக்கிட்டு அப்புறமா வேலைசெய்வேன்' என்று சொல்லும்போது, ஓய் = இளைப்பாறல்.

ஆக, பாரதியார் 'ஓயுதல் செய்யோம்' என்று சொல்வதன் பொருள், 'நாங்கள் அழிந்துபோகமாட்டோம்', அல்லது, 'தளர்ந்துபோகமாட்டோம்', தலைநிமிர்ந்து பணிபுரிவோம். அதே பாடலின் முந்தைய வரிகளையும் சேர்த்து வாசித்தால் முழுமையாகப் புரியும்:

'ஆயுதம் செய்வோம், நல்ல காகிதம் செய்வோம்,
ஆலைகள் வைப்போம், கல்விச்சாலைகள் வைப்போம்,
ஓயுதல் செய்யோம், தலை சாயுதல் செய்யோம்,
உண்மைகள் சொல்வோம், பல வண்மைகள் செய்வோம்.'

தொழிற்சாலைகள் அமைத்துப் பல பொருள்களை உற்பத்திசெய்து, கல்விச்சாலைகளில் அறிவை வளர்த்துக்கொண்டு, உண்மை பேசி நல்ல குணங்களோடு வாழும் நாட்டுக்கு ஏது அழிவு? என்றைக்கும் உயர்வுதான்!

92. வழு வேண்டாமே!

கமலாவும் விமலாவும் நெருங்கிய தோழிகள். எந்நேரமும் ஒன்றாகவே விளையாடுகிறவர்கள், வகுப்பிலும் ஒரே மேசையில்தான் அமர்வார்கள்.

ஆனால் இன்றைக்கு, அவர்களுக்கிடையே ஏதோ சண்டை. ஒருவரோடொருவர் பேசுவதில்லை.

மதிய உணவு நேரம். கமலாவும் சில தோழிகளும் ஏதோ பேசிக்கொண்டிருந்தார்கள். அப்போது அங்கே விமலா வருகிறாள்.

உடனே, கமலா அவளைக் கோபமாகப் பார்க்கிறாள். இன்னொரு தோழியிடம், 'அது ஏன் இங்கே வருது?' என்கிறாள்.

அந்தத் தோழி இலக்கணத்தில் நிபுணி, 'கமலா, நீ விமலாவை அது-ன்னு சொன்னது தவறு' என்கிறாள், 'அஃறிணைப்பொருள்களைதான் அதுன்னு சொல்லணும், விமலா உயர்திணை, அதிலயும் குறிப்பா, பெண்பால், அதனால, 'அவள்'ன்னு சொல்றதுதான் முறை.'

'அது எனக்குத் தெரியும்' என்றாள் கமலா, 'நான் விமலாவை

உயர்திணையாவே மதிக்கலை, அஃறிணையாதான் பார்க்கறேன், அதனாலதான் அதுன்னு சொன்னேன்.'

கமலாவுக்கு விமலாமேல் இருந்த கோபம் ஓரிரு நாளில் சரியாகிவிட்டது. அதன்பிறகு அவர்கள் பழையபடி ஒன்றாகப் பழக ஆரம்பித்துவிட்டார்கள். ஆகவே, 'அது' மாறி, 'அவள்' ஆகிவிட்டது.

அதேசமயம், இவர்களுடைய சிறுபிள்ளைக்கோபத்தில் நமக்கோர் இலக்கணப்பாடம் இருக்கிறது: வழு. அதாவது, தவறு/குற்றம்/பிழை.

'அவன் வந்தான்' என்று எழுதுவதுதான் இலக்கணப்படி சரியான சொற்றொடர். அதனை, 'அவன் வந்தாள்' என்றோ, 'அவன் வந்தது' என்றோ எழுதினால், அது வழு ஆகிவிடுகிறது.

'வழு'வில் ஏழு வகைகள் உண்டு:

1. திணை வழு: உயர்திணைச் சொல்லுக்கு அஃறிணைக்கான வினையையோ, அஃறிணைச் சொல்லுக்கு உயர்திணைக்கான வினையையோ குறிப்பிடுவது. உதா: அவன் வந்தது, அது வந்தான்.

2. பால் வழு: ஆண்பால் சொல்லுக்குப் பெண்பால் வினையையோ, பெண்பால்/பலர்பால் சொல்லுக்கு ஆண்பால் வினையையோ குறிப்பிடுவதுபோன்ற குற்றங்கள். உதா: அவன் வந்தாள், அது வந்தான்.

3. இட வழு: தன்மை/முன்னிலை/படர்க்கைச் சொற்களுக்கேற்ற வினைச்சொற்கள் அமையாமல் மாறி வருவது. உதா: நான் வந்தாய், நீ வந்தான்.

4. கால வழு: கடந்தகாலம்/நிகழ்காலம்/எதிர்காலச் சொற்களுக்கேற்ற வினைச்சொற்கள் அமையாமல் மாறி வருவது. உதா: நாளை வந்தேன், நேற்றைக்கு வருகிறேன்.

5. வினா வழு: பொருந்தாத கேள்விகளைக் கேட்பது. உதா: உண்ணாவிரதப் பந்தலில் என்ன சாப்பாடு போட்டார்கள்?

6. விடை வழு: கேள்விக்குப் பொருந்தாத பதில்களைச் சொல்வது. உதா: 'உன் பெயர் என்ன?' என்ற கேள்விக்கு, 'நேற்றைக்குதான் வந்தேன்' என்று பதில் சொல்வது.

7. மரபு வழு: வழிவழியாக நம் முன்னோர் பயன்படுத்திவந்த மரபுமுறைகளை மாற்றிப் பேசுவது. உதா: பூனைக்குட்டியைப் பூனைக்கன்று என்று சொல்வது.

இப்படிப் பலவிதமான வழுக்கள் அமைந்த சொற்றொடர்களை, 'வழுநிலை' என்பார்கள். அவ்வாறு வழுக்கள் இல்லாத சொற்றொடர்களை 'வழாநிலை' என்பார்கள்.

வழுக்களைக் குறைப்போம், பேச்சிலும், எழுத்திலும், வாழ்விலும்.

★★★

93. விடுகதைகள்

'கையளவு உடம்புக்காரன், காவலுக்குக் கெட்டிக்காரன். அவன் யார்?'

'அட, இது தெரியாதா? பூட்டு!'

'பிரமாதம். இப்போது நீ இதுபோல் ஒன்றைக் கேள்.'

'நனைந்தாலும் நடுங்கமாட்டான். அவன் யார்?'

'தெரியுமே. குடைதான்!'

இந்த இரு நண்பர்களும் விளையாட்டாகப் பேசிக்கொள்ளும் விஷயங்களுக்கு 'விடுகதைகள்' என்று பெயர். நமக்கு நன்கு தெரிந்த ஒரு விஷயத்தை வித்தியாசமாக வெளிப்படுத்தும் கேள்விகளைக் கேட்டுப் பதில் பெறுவதுதான் இந்த விளையாட்டு.

'விடுகதை' என்ற சொல், 'விடுவிக்கப்படுவது' என்ற பொருளில் வருவதாக எழுதுகிறார் முனைவர் கா.சத்தியபாமா. அதாவது, புதிராகச் சொல்லப்படும் விஷயத்தை விடுவித்து, இதுதான் இதற்குப் பதில் என்று விளக்குவது. இதனை விடுபுதிர், வெடி, நொடி என்றெல்லாம் அழைப்பார்கள்.

பொதுவாகக் கிராமப்புறங்களில்தான் விடுகதைகளை அதிகம் கேட்கலாம். அவர்களுடைய தனித்துவமான மொழியில் ஒரு பாடலைப்போல் அது இனிய ஒலியோடு அமைந்திருக்கும். எடுத்துக்காட்டாக:

'வெள்ளப்புள்ளையார் கோவிலுக்கு
வெளக்குவைக்கமுடியாது,
கருத்த புள்ளையார் கோவிலில்
கால்வைக்கமுடியாது.'

இந்த விடுகதைக்கு விடை, கண். மனிதனுடைய கண்ணின் வெண்படலத்தை 'வெள்ளைப்பிள்ளையார் கோயில்' என்றும், கருவிழியைக் 'கருத்த பிள்ளையார் கோயில்' என்றும் அழகாகச் சொல்லிப் புதிர்போடுகிறார்கள். இவற்றைச் சிந்தித்து விடுவிப்பது மூளைக்கு நல்ல பயிற்சியாக அமைகிறது. இப்படிப்பட்ட விடுகதைகளை நாமேகூட உருவாக்கலாம். எடுத்துக்காட்டாக, 'காது' என்ற விடையை எடுத்துக்கொண்டு இப்படி எழுதிப்பார்க்கலாம்:

'துளைபோட்டா பொருளெல்லாம் கெட்டுப்போகும், ஆனால் இந்தப் பொருள் மட்டும் துளையிருந்தால்தான் நல்லா வேலைசெய்யும். அது என்ன?'

இப்படித் தமிழில் ஏற்கெனவே பயின்றுவரும் விடுகதைகளையும், நாமே உருவாக்கும் விடுகதைகளையும் சேர்த்து நண்பர்களோடு விளையாடப் பயன்படுத்திக்கொள்ளலாம். நமது கிராமங்களில் விடுகதைகளைக் குழுவாக அமர்ந்து விடுவிக்கும் பழக்கம் இருக்கிறது. அதனை நாம் மீட்டெடுக்கலாம். இப்படி:

★ நண்பர்கள் இரு குழுக்களாகப் பிரிந்து அமர்ந்துகொள்வது

★ முதல் குழுவிலிருந்து ஒருவர் விடுகதையொன்றைச் சொல்வது

★ இரண்டாவது குழுவிலிருந்து யாரேனும் அதற்கு விடை சொல்லவேண்டும். அவர்களுக்கு 30விநாடிகள் தரப்படும். அதற்குள் விடை சொல்லிவிட்டால், அவர்களுக்கு ஒரு புள்ளி கிடைக்கும்

- ★ ஒருவேளை அவர்களுக்கு விடை தெரியாவிட்டால், விடுகதையைச் சொன்ன முதல் குழுவே விடையையும் சொல்லவேண்டும்

- ★ இப்போது, இரண்டாவது குழு ஒரு விடுகதை போடும், அதற்கு முதல் குழுவினர் பதில் சொல்லவேண்டும்

- ★ ஆட்டம் பதினைந்து அல்லது இருபது சுற்றுகளாக நடைபெறலாம். அல்லது, ஒரு குறிப்பிட்ட நேரத்தை நிர்ணயித்துக்கொள்ளலாம். ஆட்டத்தின் நிறைவில் எந்தக் குழு அதிகப் புள்ளிகளைப் பெற்றுள்ளதோ, அவர்கள் வெற்றிபெற்றவர்களாக அறிவிக்கப்படுவார்கள்

இப்போது, உங்களுக்கு ஒரு வித்தியாசமான பயிற்சி. இங்கே சில விடைகள் தரப்பட்டுள்ளன. இவற்றைக்கொண்டு நீங்களே விடுகதைகளை உருவாக்குங்கள். அவற்றை உங்கள் நண்பர்களிடம் கேட்டு விளையாடுங்கள்:

- ★ கடிகாரம்
- ★ கத்தரிக்காய்
- ★ விமானம்
- ★ பேனா
- ★ ஆசிரியர்

94. நான்மணிமாலை

'அண்ணன் அவர்களுக்கு இந்த மலர்மாலையைப் பணிவோடு அணிவிக்கிறேன்.'

இந்த வாசகத்தைக் கேட்காத மேடைகளே தமிழகத்தில் இல்லை. அது அரசியல் கூட்டமானாலும் சரி, இலக்கியக்கூட்டமானாலும் சரி, வேறு விழாவானாலும் சரி, சிறப்பு விருந்தினரை மாலையணிவித்து வரவேற்பது நம்முடைய மரபு.

திருமணம், பெயர்சூட்டுவிழா போன்ற விழாக்களின்போதும், யாருக்காக அவ்விழா நடை பெறுகிறதோ அவர்களுக்கு மாலை அணிவிக்கிறோம். இறைவனைக் கும்பிடும்போதும் அவருக்கு மாலை போடுகிறோம்.

மாலையில் என்னவெல்லாம் இருக்கும்?

ஒரேவகை மலரைத் தொடுத்து மாலையாக்குவது உண்டு. அதை 'மல்லிகை மாலை', 'ரோஜா மாலை', 'செண்பக மாலை' என்று அழைப்பார்கள். மலர்கள்மட்டுமா? துளசியிலைகளைத் தொடுத்துத் 'துளசி மாலை' கட்டுவார்கள். இது திருமாலுக்குப் பிடித்த மாலை. அதேபோல் ஆஞ்சனேயருக்கு ஒரு விசேஷமான மாலையுண்டு: வடையைத் தொடுத்து அவருக்கு 'வடை மாலை'

சூட்டுவார்கள். இறைவனுக்கு இன்னொருவகை மாலையும் அடிக்கடி சூட்டப்படும். புலவர்கள் சூட்டுகிற அந்த மாலையின் பெயர், 'பாமாலை.'

ஆம், ஒரு கடவுளைப்பற்றி அடுக்கடுக்காகப் பாடல்களைப் பாடும்போது, பல மலர்களைத் தொடுத்து அவருக்குச் சூட்டுவதுபோல் தோன்றுகிறதல்லவா? அதைத்தான் 'பாமாலை' என்றார்கள்.

விலைமதிப்புமிக்க கற்களைக்கொண்டும் மாலைகள் உருவாக்கப்படுகின்றன. எடுத்துக்காட்டாக, 'முத்து மாலை' என்றால், அதில் முத்துக்கள் கோக்கப்பட்டிருக்கும். இதேபோல் 'பவள மாலை', 'மாணிக்க மாலை' எனப் பலவகை மாலைகள் உள்ளன.

மலர் மாலைகளில் 'கதம்பம்' என்றொரு வகை இருக்கிறது. இதில் ஒரே மலரைத் தொடுக்காமல், வெவ்வேறு மலர்களை மாற்றிமாற்றி வைத்துக் கட்டுவார்கள், அது பார்ப்பதற்கு அழகாக இருக்கும்.

அதுபோல, ஒரே மாலையில் முத்து, பவளம், மரகதம், மாணிக்கம் ஆகிய நான்கு கற்களையும் மாற்றிமாற்றிக் கட்டினால்?

அதற்குப் பெயர், 'நான்மணிமாலை', அதாவது, நான்குவிதமான மணிகளைக் கோத்த மாலை.

இலக்கியத்திலும் 'நான்மணிமாலை' உண்டு. அதன் பொருள், நான்குவிதமான பாடல்களைக் கோத்த பாமாலை.

பொதுவாக ஒரு நூலில் ஒரே வகைப் பாடல்கள்தான் அடுத்தடுத்து இடம்பெறும். மல்லிகை மாலையில் தொடர்ந்து மல்லிகைகளே இருப்பதுபோல. எடுத்துக்காட்டாக, நூறு வெண்பாக்கள், அல்லது ஐம்பது ஆசிரியப்பாக்கள்... இப்படி.

ஆனால், 'நான்மணிமாலை' அப்படியில்லை. அதில் கதம்பம்போல் பலவகைப் பாடல்கள் இடம்பெறுகின்றன. எடுத்துக்காட்டாக, முதல் பாடல் வெண்பா, அடுத்த பாடல் கட்டளைக்கலித்துறை, அடுத்த பாடல் ஆசிரிய விருத்தம்,

அடுத்த பாடல் ஆசிரியப்பா, பின்னர் மீண்டும் வெண்பா, மீண்டும் கட்டளைக்கலித்துறை... இப்படி மாறி மாறி வருவதால், இந்நூலை வாசிப்பது ஒரு மிகச்சுவையான அனுபவமாக அமையும்.

இன்னொரு சிறப்பு, இந்தப் பாடல்கள் அனைத்தும் அந்தாதித்தொடையில் அமைந்திருக்கும். அதாவது, முதல் பாடலின் கடைசிச் சொல்லில் அடுத்த பாடலின் முதல் சொல் தொடங்குவதால், நிஜமாகவே நான்குவகையான மணிகளைக் கோத்துக் கட்டிய ஒரு மாலைபோல் இவ்வகை நூல்கள் தோன்றும்.

இவ்வகையில் வெளிவந்த சில பிரபலமான நூல்கள்: குமரகுருபரரின் 'திருவாரூர் நான்மணிமாலை', சிவப்பிரகாச சுவாமிகளின் 'நால்வர் நான்மணிமாலை', பாரதியாரின் 'விநாயகர் நான்மணிமாலை'.

೨5. உரைச் சித்திரங்கள்

'உங்களுக்கு முதல்பரிசு கிடைத்துள்ளது.'

இப்படி ஒருவர் வறட்டுத்தனமான குரலில் சொன்னால் என்ன நினைப்பீர்கள்? பரிசு கிடைத்த மகிழ்ச்சியையும் தாண்டி, 'அதைக் கொஞ்சம் சிரிச்சுக்கிட்டே சொன்னா என்னவாம்?' என்றுதானே தோன்றும்?

அதையே, 'வாழ்த்துகள், உங்களுடைய கட்டுரை என்ன அருமையாக இருந்தது தெரியுமா? வாசிக்கும்போதே நாங்கள் நெகிழ்ந்துவிட்டோம். அப்புறமென்ன? உங்களுக்குதான் போட்டியில் இரண்டாவதுபரிசு. கையைக் கொடுங்கள்' என்று ஒருவர் சொன்னால்?

கவனித்துப்பாருங்கள். இங்கே நீங்கள் இரண்டாவதுபரிசுதான் வாங்கியிருக்கிறீர்கள். ஆனால், சொன்னவர் அதைச் சொல்லும்விதத்தில் உங்களை மகிழ்ச்சிக்குள்ளாக்கி விடுகிறார். அந்த ஆனந்தத்தில், 'முதல்பரிசு கிடைக்கவில்லையே' என்ற வருத்தத்தைக்கூட நீங்கள் மறந்துவிடுவீர்கள். பேச்சுக்கும் எழுத்துக்கும் இடையே உள்ள முக்கியமான வித்தியாசம் அதுதான். எழுத்தில் மகிழ்ச்சியையோ வருத்தத்தையோ அதிர்ச்சியையோ கொண்டுவருவதற்கு மிகவும் மெனக்கெட வேண்டும். ஆனால் பேச்சில், சரியான ஏற்ற இறக்கங்களின்மூலம் எப்படிப்பட்ட உணர்ச்சியையும் கொண்டுவந்துவிடலாம்.

இதற்குச் சிறந்த உதாரணங்கள், வானொலியில் ஒலிபரப்பப்படும் 'உரைச்சித்திரங்கள்'.

'சித்திரம்' என்றால் ஓவியம். பொதுவாகப் பேனா அல்லது பென்சில் அல்லது தூரிகை, வண்ணங்களைக்கொண்டு வரையப்படுகிற ஓவியத்தை உரையாலேயே, அதாவது, பேசப்படும் சொற்களாலேயே வரைந்தால் எப்படியிருக்கும்? அதுதான் 'உரைச்சித்திரம்.'

எடுத்துக்காட்டாக, உங்கள் ஊரில் மழை பொழிகிறது. அதைச் செய்தியாக எழுதினால் இப்படி அமையும்:

'நேற்றைக்கு ராஜபாளையத்தில் 6 மில்லி மீட்டர் மழை பொழிந்தது.'

இதையே கொஞ்சம் உணர்ச்சியைச் சேர்த்து எழுதிப்பார்ப்போமா?

'நேற்று மாலை நான்கு மணியிருக்கும். பள்ளிப் பிள்ளைகளெல்லாம் வீடு திரும்பத் தயாராகிக்கொண்டிருந்த நேரம், திடீரென்று வானம் இருண்டது. குளிர்க்காற்று வீசத்தொடங்கியது. அனைவரும் ஆவலுடன் மேலே நிமிர்ந்து பார்த்தார்கள், கருமேகங்களைக் கண்டு மகிழ்ந்தார்கள். மறுநிமிடம், மழை பொழியத்தொடங்கியது. சின்னச்சின்னத் தூறல்களாகத் தொடங்கி, விரைவில் அடைமழையாகிவிட்டது. சாலையில் நடந்துகொண்டிருந்தவர்களெல்லாம் கூரைகளைத் தேடி ஓடினார்கள். வாகனங்களில் சென்றுகொண்டிருந்தோர் சாலையோரமாக அவற்றை நிறுத்திவிட்டுக் கடைகளிலும் மரத்தடிகளிலும் தஞ்சமடைந்தார்கள்.

சிலர் மழையைக்கண்டு அஞ்சி ஓடாமல் நனைந்தபடி நடந்தார்கள். குழந்தைகள் துள்ளிக்குதித்து ஓட, ஆசிரியர்களும் பெற்றோரும் அவர்களைப் பாதுகாப்பான இடங்களுக்கு அழைத்துச் சென்றார்கள். அரை மணிநேரம் பெய்த மழை, ஊர்முழுக்க மகிழ்ச்சியையும் பசுமையையும் தந்தது. மழையில் நனைந்தவர்கள், மழைக்கு ஒதுங்கியவர்கள், வீட்டுக்குள்ளிருந்து பார்த்தவர்கள் என எல்லார் முகத்திலும் சிரிப்பு. அனைவரும் சிறுபிள்ளைகளாகி விட்டதுபோல் உணர்ந்தார்கள்.'

இப்போது வித்தியாசம் புரிகிறதா? உரைச்சித்திரம் என்பது, எழுத்திலேயே ஒரு காட்சியைக் கண்முன்னே கொண்டுவருவது. அத்துடன் குரல் ஏற்ற இறக்கங்களையும் பாடல்களையும் சேர்த்து இன்னும் சிறப்பாக்கலாம்.

நீங்களும் 'உரைச்சித்திரம்' எழுதி, வாசிக்கத் தயாரா? இதோ ஒரு சிறு போட்டி:

★ நண்பர்கள் நான்கைந்து பேர் சேர்ந்துகொள்ளுங்கள்; ஓர் அணியில் இரண்டு பேர் என நில்லுங்கள்

★ சில துண்டுச்சீட்டுகளில் பசுமை, இயற்கை, தண்ணீர், மாசுக்கட்டுப்பாடு, சுத்தம், காந்தி, சாலைப் பாதுகாப்பு, திருவிழா என்பதுபோல் வெவ்வேறு தலைப்புகளை எழுதி ஒரு பாத்திரத்தில் போடுங்கள். ஒவ்வோர் அணியிலிருந்தும் ஒருவர் அந்தத் துண்டுச்சீட்டுகளில் ஒன்றை எடுத்துக்கொள்ளவேண்டும். ஆனால், அதில் என்ன இருக்கிறது என்று பார்க்கக்கூடாது

★ இப்போது, முதல் அணி அழைக்கப்படும். அவர்கள் துண்டுச்சீட்டைப் பார்க்கவேண்டும். அதிலுள்ள தலைப்பில் ஐந்து நிமிடத்துக்குள் ஓர் உரைச்சித்திரம் எழுதி வாசிக்கவேண்டும். ஒருவர் எழுதலாம், இன்னொருவர் வாசிக்கலாம், இருவரும் எழுதலாம், இருவரும் வாசிக்கலாம்... அது அவர்களுடைய விருப்பம்

★ அடுத்து, இரண்டாம் அணி இதையே செய்யும், பின்னர் மூன்றாம் அணி... இப்படி எல்லா அணிகளும் ஆளுக்கோர் உரைச்சித்திரம் எழுதி வாசிக்கவேண்டும்

★ நிறைவாக, நீங்களே கலந்துபேசி, எந்த உரைச்சித்திரம் சிறந்தது என்று தேர்ந்தெடுங்கள். உரையோடு ஒலியையும் கருத்தில் கொண்டு சிறந்த உரைச்சித்திரத்தைப் பாராட்டி மகிழுங்கள்

★★★

௨௬. தமிழர் இசை

'சரிகமபதநி'

இசைபயில்வோர் இவ்வாறு பாடுவதைப் பார்த்திருப்பீர்கள். இந்த ஏழையும் 'சுரங்கள்' என்பார்கள். அவற்றை வடமொழியில் இவ்வாறு அழைப்பார்கள்:

★ *ஸட்ஜமம்(ச)*
★ *ரிஷபம்(ரி)*
★ *காந்தாரம்(க)*
★ *மத்தியமம்(ம)*
★ *பஞ்சமம்(ப)*
★ *தைவதம்(த)*
★ *நிஷாதம்(நி)*

இதேபோல், பிறமொழிகள், கலாசாரங்களிலும் ஏழு சுரங்கள் பலவிதமாகக் குறிப்பிடப்படுகின்றன:

★ ஆங்கிலத்தில்: *C, D, E, F, G, A, B*
★ ஜெர்மன் மொழியில்: *C, D, E, F, G, A, H*
★ ஜப்பானிய மொழியில்: *Ha, Ni, Ho, He, To, I, Ro*
★ நியோ லத்தீனில்: *Do, Re, Mi, Fa, Sol, La, Si*

மற்ற மொழிகள் இருக்கட்டும். தமிழில் இவற்றை எப்படிக் குறிப்பிட்டார்கள்?

தமிழை இயல், இசை, நாடகம் என மூன்றாகப் பகுத்து 'முத்தமிழ்' எனப்போற்றுவது மரபு. இதன்மூலம் தமிழர் வாழ்வில் இசை ஒரு முக்கியப்பங்கு வகித்ததை அறியலாம்.

சங்க இலக்கியத்தில் இசைபற்றிய பல குறிப்புகள் இருக்கின்றன. பல பழந்தமிழ்ப்பாடல்களை எவ்வாறு பாடவேண்டும் என்ற 'பண்' அமைக்கப்பட்டிருக்கிறது. எடுத்துக்காட்டாக, குறிஞ்சி, செந்துருத்தி, செவ்வழி, தக்கேசி ஆகிய பண்களைக் குறிப்பிடலாம். இப்படி மொத்தம் 103 பண்கள் இருப்பதாகக் குறிப்புகள் உள்ளன.

இந்தப் பண்களுக்குரிய இசைகள் ஏழு:

★ குரல்(ஆ)
★ துத்தம்(ஈ)
★ கைக்கிளை(ஊ)
★ உழை(ஏ)
★ இளி(ஐ)
★ விளரி(ஓ)
★ தாரம்(ஔ)

இந்த ஏழு எழுத்துகளையும் கவனியுங்கள். உயிரெழுத்திலுள்ள ஏழு நெடில்களைத்தான் இவ்வாறு ஏழு இசைகளாக அமைத்திருக்கிறார்கள்.

இவை எங்கிருந்து பிறக்கின்றன என்பதற்கும் குறிப்புகள் இருக்கின்றன. மு. ஆபிரகாம் பண்டிதர் தொகுத்த 'கருணாமிர்த சாகரம்' என்ற நூலிலிருந்து அக்குறிப்புகளைக் காண்போம்:

★ குரல் மிடற்றில் (கழுத்து/தொண்டை) பிறக்கும்

★ துத்தம் நாவில் பிறக்கும்

★ கைக்கிளை அண்ணத்தில்(மேல்வாய்) பிறக்கும்

★ உழை சிரத்தில்(தலை) பிறக்கும்

- ★ இளி நெற்றியில் பிறக்கும்
- ★ விளரி நெஞ்சில் பிறக்கும்
- ★ தாரம் மூக்கில் பிறக்கும்

இந்த ஏழையும் குரல், துத்தம், கைக்கிளை, உழை, இளி, விளரி, தாரம் என்ற வரிசையில் பாடினால், ஒலி அலகு பெருகிக்கொண்டேசெல்லும். அதனை 'ஆரோசை' என்பார்கள். அதாவது, ஆர்+ஓசை, எழும்பும் ஓசை, வடமொழியில் ஆரோகணம்.

இதையே தாரம், விளரி, இளி, உழை, கைக்கிளை, துத்தம், குரல் என மாற்றிப்பாடினால், ஒலி அலகு குறைந்துகொண்டேசெல்லும். அதனை 'அமரோசை' என்பார்கள். அதாவது, அமர்+ஓசை, அமர்கின்ற/குறைகின்ற ஓசை, வடமொழியில் அவரோகணம்.

இந்த ஏழும் பலவிதமாக மாறி அமையும்போது, பலவிதமான பண்கள் உருவாகின்றன. வடமொழியில் 'ராகங்கள்' எனக்குறிப்பிடப்படுவனவற்றுக்கு இணையாகப் பண்களைக் கருதலாம்.

இவ்வாறு பல நூறாண்டுகளாகத் தமிழிசை தனிச்சிறப்புடன் வளர்ந்து வந்திருக்கிறது. எல்லாவகை மக்களாலும் பாடப்பட்டு வந்திருக்கிறது. இன்றைக்கும் மேடைகளில் உயிர்ப்போடு திகழ்கிறது.

97. முதுமொழிக்காஞ்சி

யாரேனும் அறிவுரைகள் சொல்லவந்தால் உங்களுக்குப் பிடிக்குமா?

பெரும்பாலானோருக்குப் பிடிக்காது. அதேசமயம், நம்மைவிட வயதில், அனுபவத்தில், திறமையில் பெரியவர்களுடைய அறிவுரைகளைக் கேட்பதன்மூலம், அவற்றைப் பின்பற்றி நடப்பதன்மூலம் நம்முடைய பிழைகளை நாம் திருத்திக்கொள்ள ஒரு வாய்ப்பு கிடைக்கும்.

அதனால்தான் நம்முடைய முன்னோர் ஏராளமான அறவுரை நூல்களை எழுதினார்கள். அவற்றில் சொல்லப்பட்டிருக்கும் கருத்துகள் அன்றைக்குமட்டுமல்ல, என்றைக்கும் பொருந்தும் வண்ணம் உள்ளன. அதற்கு முன்னால், அறிவுரையும் அறவுரையும் ஒன்றுதானா?

அறிவுரை என்பது 'இதனை இப்படிச் செய்யவேண்டும்' என்று ஒருவருக்கு அறிவுறுத்தும் உரை (பேச்சு). அறவுரை என்பது, 'இதுதான் அறம்' என உணர்த்துகின்ற பேச்சு. அறத்தை அறிவுறுத்திப் பேசுகிறவை அறவுரைகளாகவும் அறிவுரைகளாகவும் திகழ்கின்றன.

அப்படியானால், இந்த அறிவுரைகளால் நமக்கு நன்மைதானே? பிறகு ஏன் நமக்கு அவற்றைப் பிடிப்பதில்லை?

பல நேரங்களில் அறிவுரைகள் நீட்டிமுழக்கிச் சொல்லப்படுகின்றன. இதனால், சொல்லவந்த விஷயம் நீர்த்துப்போய்விடுகிறது. அவ்வாறில்லாமல் சில சொற்களில் 'பளிச்'சென்று கருத்தை உணர்த்தும் அறிவுரைகள் மனத்தில் நன்கு பதியும், சரியான நேரத்தில் நினைவுக்கு வரும்.

எடுத்துக்காட்டாக, 'சாலையைக் கடக்கும்போது இருபுறமும் வரும் வாகனங்களைப் பார்த்துவிட்டுக் கவனமாகக் கடக்கவேண்டும்' என்பது ஓர் அறிவுரை. இதனைக் கேட்டு, பார்த்து, மனத்தில் பதித்துக்கொண்டுவிட்டால், எப்போதும் அதன்படி நடக்கலாம்.

இப்படிச் சுருக்கமாகப் பல பேருண்மைகளைப் புரியவைக்கும் இலக்கியங்கள் தமிழில் நிறைய உண்டு. எடுத்துக்காட்டாக: மதுரைக்கூடலூர்கிழார் எழுதிய முதுமொழிக்காஞ்சி.

இந்தப்புத்தகத்தில் நூறுபாடல்கள் உள்ளன. ஆனால் அனைத்தும் ஒருவரிப்பாடல்கள்!

எடுத்துக்காட்டாக: 'மேதையின் சிறந்தன்று கற்றது மறவாமை' என்று ஒருவரி. இதன் பொருள், 'ஒருவன் நன்கு படித்து மேதையாவதைவிடச் சிறந்தது, கற்றுக்கொண்டதை மறக்காமல் பின்பற்றுவது!'

இப்படி நூறு ஒருவரிப்பாடல்கள் இந்நூலில் இடம்பெற்றுள்ளன. நீங்கள் 'அறிஞர்களின் பொன்மொழிகள்' என்றெல்லாம் வாசிக்கிறீர்களல்லவா? அதுபோல, ஒரே வரியில் பல உண்மைகளை அழகாகச் சொல்லிவிடுகிறது இந்நூல். நூற்றுப்பத்துவரிகளில் நூல் நிறைவுபெற்றுவிடுகிறது!

அதெப்படி? நூறுபாடல்கள், ஒவ்வொன்றும் ஒருவரி என்றால், நூறுவரிகள்தானே வரவேண்டும்? எப்படி நூற்றுப்பத்துவரிகள் வந்தன? இந்த நூறு பாடல்களையும், பத்து பகுதிகளாகப் பிரித்துள்ளார்கள். இந்தப் பகுதிகள் ஒவ்வொன்றும் 'ஆர்கலி உலகத்து மக்கட்கு எல்லாம்' என்று தொடங்குகின்றன.

ஆகவே, 'ஆர்கலி உலகத்து மக்கட்கு எல்லாம்' என்ற வரி நூலில் பத்துமுறை வருகிறது, இதுதவிர நூறு ஒருவரிப்பாடல்கள், ஆகமொத்தம் நூற்றுப்பத்து வரிகள்!

முதுமொழிக்காஞ்சியின் அந்தப் பகுதிகள்:

★ *சிறந்தபத்து:* சிறந்தவற்றைச் சொல்லும் பாடல்கள்

★ *அறிவுப்பத்து:* எதை எதன்மூலம் அறியலாம் என்று சொல்லும் பாடல்கள்

★ *பழியாப்பத்து:* யார் யாரைப் பழிக்கமாட்டார்கள் என்று சொல்லும் பாடல்கள்

★ *துவ்வாப்பத்து:* நீங்காதவற்றைச் சொல்லும் பாடல்கள்

★ *அல்லபத்து:* எவையெல்லாம் எப்படி அமையாது என்று சொல்லும் பாடல்கள்

★ *இல்லைப்பத்து:* எவையெல்லாம் இருக்காது என்று சொல்லும் பாடல்கள்

★ *பொய்ப்பத்து:* பொய்யானவற்றை உணர்த்திச் சொல்லும் பாடல்கள்

★ *எளியபத்து:* யார்க்கு எது எளிது என்று சொல்லும் பாடல்கள்

★ *நல்கூர்ந்தபத்து:* எது எப்போது வறுமையடையும் என்று சொல்லும் பாடல்கள்

★ *தண்டாப்பத்து:* யார் எதைச் செய்யாமலிருக்கமாட்டார்கள் என்று சொல்லும் பாடல்கள்

௧௮. செம்மொழி

தமிழைச் 'செம்மொழி' எனப் பெருமையுடன் குறிப்பிடுகிறோம். இதன் பொருள் என்ன?

செம்மை + மொழி => செம்மொழி. செம்மையான/சிறப்பான மொழி என்பதே இதன் நேரடிப்பொருள்.

'சிறப்பான மொழி' என்றால், அது மிகவும் பொதுவான வரையறையாகிவிடுமே. ஒவ்வொருமொழி பேசுவோர்க்கும் அவர்களுடைய மொழி சிறப்பானதாகத்தான் தெரியும். அப்படியானால் உலகில் உள்ள எல்லா மொழிகளுமே செம்மொழிகளாகி விடுமே!

ஒரு வகுப்பில் பல மாணவர்கள் திறமைசாலிகளாக இருப்பினும், அவர்களுக்குத் தலைவனாக/தலைவியாகச் செயல்படும் தகுதி ஒருவருக்குதான் இருக்கும். அவரைத் தீர்மானிக்க வகுப்பாசிரியர் சில தன்மைகளை மனத்தில் வைத்திருப்பார். அவற்றின் அடிப்படையில் ஒரு தலைவரைத் தேர்ந்தெடுப்பார்.

அதுபோல, எத்தனையோ சிறப்பான மொழிகள் இருப்பினும், செம்மொழிக்குப் பதினாறு தன்மைகள் இருக்கவேண்டும் என்று ஞா. தேவநேயப்பாவாணர் வரையறுத்துள்ளார்.

அந்தப் பதினாறு தன்மைகளும் தமிழுக்கு உள்ளதைக்காட்டி, அதன்மூலம் நமதுமொழியைச் 'செம்மொழி' என நிறுவுகிறார்.

அந்தப் பதினாறு தன்மைகள்:

1. தொன்மை: பிறமொழிகளுக்கெல்லாம் முன்பாகத் தோன்றிச் சிறந்த மொழி
2. முன்மை: பிறமொழிகளைக்காட்டிலும் பயன்பாட்டில், சிறப்பில், சொற்கள் பிறக்கும் தன்மையில் முந்தியிருக்கும் மொழி
3. எண்மை: எளிதில் பேசக்கூடிய, எழுதக்கூடிய, கற்றுக் கொள்ளக்கூடிய மொழி
4. ஒண்மை: மக்களுக்குத் தேவையான அறிவுபூர்வமான கருத்துகளைச்சொல்லும் இலக்கியங்களைக் கொண்டுள்ள மொழி
5. இளமை: காலங்கள் மாறினாலும் தன்னுடைய இளமைச் சிறப்பு மாறாமல் எல்லாரும் எப்போதும் பயன்படுத்தும் வண்ணம் திகழும் மொழி
6. வளமை: சொல், பொருள், இலக்கண, இலக்கிய வளமைபெற்ற மொழி
7. தாய்மை: பல மொழிகளை ஈன்றெடுத்த தாய்மொழி (எடுத்துக்காட்டாக, தெலுங்கு, மலையாளம், கன்னடம், துளு ஆகியவை தமிழிலிருந்து பிறந்ததைப் பல அறிஞர்கள் ஆராய்ந்து தெரிவித்துள்ளனர்)
8. தூய்மை: பிற மொழிகளிலிருந்து சொற்களைக் கடன்வாங்கும் தேவையின்றித் தூய்மையாக விளங்கும் மொழி
9. செம்மை: திருத்தமான, ஒழுங்கான சொற்கள், வாக்கிய அமைப்புகளைக்கொண்ட மொழி
10. மும்மை: இயல், இசை, நாடகம் என மூவகைகளில் இயங்கும் மொழி

11. இனிமை: பேசுவோருக்கும் கேட்போருக்கும் இனிமைதரும் மொழி
12. தனிமை: பிறமொழிகளின் சொற்களைப் பயன்படுத்தாமல் தனித்தியங்கும் வல்லமைகொண்ட மொழி
13. நுண்மை: நுட்பமான வரையறைகளைக்கொண்ட மொழி
14. திருமை: அழகிய மொழி, தமிழர்களுக்குத் தெய்வமாகத் திகழும் மொழி
15. இயன்மை: செயற்கையாக அன்றி இயல்பாக, மக்களின் வாழ்வோடு கலந்து உருவான மொழி
16. வியன்மை: உலகெங்கும் பரவியுள்ள மொழி

இப்படிப் பதினாறு தன்மைகளும் பொருந்தும் மொழிகளே செம்மொழி என்கிற அங்கீகாரத்தைப் பெறுகின்றன. உலக அளவில் இவ்விதம் அங்கீகரிக்கப்பட்டுள்ள மிகச்சில மொழிகளில் நமது தமிழ்மொழியும் ஒன்று என்பதே பெருமைக்குரியது. அம்மொழியைப் பிழையறப் பேசியும் எழுதியும் இன்னும் பல தலைமுறைகளுக்குக் கொண்டுசெல்லும் கடமை நமக்குள்ளது!

௧௧. ஏற்றம்

கிணற்றில் நீர் இறைப்பதைப் பார்த்திருக்கிறீர்களா?

இப்போதெல்லாம் மின்விசையைத்தட்டினால் நீர் பாய்ந்து வருகிறது. ஆனால் அதற்குமுன்னால், கயிற்றில் வாளியைக்கட்டிக் கிணற்றினுள் இறக்கி, அந்தக் கயிற்றை ஒரு ராட்டினத்தின்வழியே கையால் இழுத்து நீரிறைப்பார்கள்.

இப்படி ஒருகுடம், இரண்டுகுடமல்ல, பலகுடங்களில் நீரிறைக்கவேண்டியிருக்கும். அப்போதுதான் குடிக்க, குளிக்க நீர் கிடைக்கும். மனிதர்களுக்கு ராட்டினமும் வாளியும் இருந்தால் தண்ணீர் கிடைத்துவிடும், பயிர்களுக்கு?

எடுத்துக்காட்டாக, ஒரு வயலில் நெல் விளைந்திருக்கிறது என்றால், அதற்கு அவ்வப்போது ஒரு குறிப்பிட்ட அளவு நீர் பாய்ச்சவேண்டும். அதற்கு வாளி, ராட்டினமெல்லாம் போதாது.

இன்றைய உழவர்கள் *Pumpset* எனப்படும் நவீன கருவிகளின்மூலம் நீரிறைக்கிறார்கள். அதற்குமுன்னால், 'ஏற்றம்' என்ற வித்தியாசமான அமைப்பு இதற்குப் பயன்பட்டது. ஏற்றத்தில் பல வகைகள் உண்டு. ஆனால் இவை அனைத்திலும் சில அம்சங்களைப் பொதுவாகக் காணலாம்:

முதலில், நீரிறைப்பதற்கு ஒரு பெரிய, பை போன்ற அமைப்பு இருக்கும். இதைக் கயிற்றுடன் இணைத்துக் கிணற்றுக்குள் விடுவார்கள், மேலே இழுப்பார்கள்.

எப்படி இழுப்பது?

இதற்குப் பல வழிகள் உண்டு. எடுத்துக்காட்டாக, 'மிதிமரம்' என்ற அமைப்பின்மீது ஒருவர் முன்னும் பின்னும் நடந்துகொண்டே இருப்பார். அவர் முன்னே நடக்கும்போது, அந்த மிதிமரத்துடன் இணைக்கப்பட்ட பை உள்ளே செல்லும், நீரை எடுத்துக்கொள்ளும், பின்னர் அவர் திரும்பி நடக்கும்போது, அந்தப் பை மேலே வரும், அதை இன்னொருவர் பிடித்துக் கவிழ்ப்பார், அந்த நீர் வயலுக்குள் பாயும்.

இதேவேலையை மாடுகளும் செய்வதுண்டு. அவை கிணற்றடியில் முன்னும் பின்னும் நடக்க, அவற்றோடு இணைக்கப்பட்டுள்ள கயிறுகளின்வழியே நீர் இறைக்கப்படும்.

இப்படி நெடுநேரம் வேலைசெய்தால் சலிப்பாக இருக்குமல்லவா? அதை மாற்றுவதற்காக, ஏற்றம் இறைப்போர் பாடல்களைப் பாடுவதுண்டு. இவற்றை 'ஏற்றப்பாட்டுகள்' என்றே சொல்வார்கள். எடுத்துக்காட்டாக:

மூங்கில்இலைமேலே,
தூங்கும் பனிநீரே,
தூங்கும் பனிநீரை,
வாங்கும் கதிரோனே...

இப்படி ஒவ்வொரு வரியையும் கீழே உள்ளவர் பாடுவார், மேலே உள்ளவர்கள் அதைத் திருப்பிப்பாடுவார்கள். இதனால் அவர்களுடைய களைப்பும் குறையும், எத்தனைமுறை வயலுக்கு நீர் பாய்ச்சப்பட்டது என்கிற கணக்கும் தெரியும்.

ஏற்றம் இறைக்கும் வேலை கடினமானதுமட்டுமல்ல, ஆபத்தானதும்கூட. ஆகவே, ஏற்றப்பாட்டில் கடவுளரை அழைத்துப் பாதுகாப்புக்கோரும் பழக்கமும் உண்டு!

இப்படிப்பட்ட பாரம்பரியமான விவசாயமுறைகளெல்லாம்

இன்றைக்கு மாறிக்கொண்டிருக்கின்றன. ஏற்றத்தின் இடத்தை மின்சாரக்கருவிகள் எடுத்துக்கொண்டுவிட்டன. நவீன தொழில்நுட்பம் விவசாயிக்குச் சிரமத்தைக் குறைத்திருக்கிறது. ஏற்றம்போன்ற பழமையான விவசாயமுறைகள் இப்போது ஒரு சுவையான வரலாறாக, நம் முன்னோரின் அருமையான சிந்தனை, செயல்திறனின் அடையாளங்களாகமட்டுமே மீதமுள்ளன!

100. அழகுக் கலைகள்

ஓர் அழகிய சிற்பத்தைப் பார்க்கிறோம். நம்மையும் அறியாமல் மனத்தில் மகிழ்ச்சி வருகிறது.

ஆற்றங்கரைக் காட்சியை ஒருவர் படமாக வரைந்திருக்கிறார், அதைக் கண்டதும் நமக்கும் அங்கே சென்று அமர்ந்திருப்பதைப் போன்ற எண்ணம் ஏற்படுகிறது.

பறந்துசெல்லும் விமானத்தின் புகைப்படத்தைப்பார்க்கிறோம், அந்த மிகப்பெரிய இயந்திரத்தின் கம்பீரத்தை உணர்கிறோம். இது மனிதனின் உலகத்தை எந்த அளவு சுருக்கிவிட்டது என்று வியக்கிறோம். அதனால் ஏற்பட்டுள்ள தொழில்முன்னேற்றங்கள், சமூகமாற்றங்களை எண்ணி அதிசயிக்கிறோம்.

இந்த மூன்று விஷயங்களுக்கும் என்ன ஒற்றுமை?

சிற்பம், வரைபடம், புகைப்படம் என நாம் பார்த்தது வெவ்வேறு விஷயங்களாக இருப்பினும், அவை நம் மனத்தில் உண்டாக்கிய உணர்ச்சிகள் கிட்டத்தட்ட ஒரேமாதிரியானவை. அந்த அழகிய படைப்புகளைக்கண்டு நாம் மகிழ்கிறோம், இன்பவுணர்ச்சியை அனுபவிக்கிறோம்.

இப்படி மனிதனுடைய மனத்தில் உணர்ச்சிகளை ஏற்படுத்துகிற, அழகை, இன்பத்தை அனுபவிக்கச்செய்கிற கலைகளை 'அழகுக் கலைகள்' என்பார்கள். இதனை 'இன்கலைகள்', 'கவின் கலைகள்' என்றும் அழைப்பதும் உண்டு.

பழந்தமிழர்கள் ஐந்துவிதமான அழகுக்கலைகளைப் போற்றி வளர்த்தார்கள் என்கிறார் மயிலை சீனி.வேங்கடசாமி. இன்றைக்கும் அவற்றைப் பரவலாகப் பார்க்கலாம்:

1. *கட்டடக்கலை:* இல்லங்களானாலும் சரி, பொதுக்கட்டடங்கள், ஆலயங்கள் போன்றவையானாலும் சரி, காண்பதற்கு அழகாகவும் உணர்ச்சியைத் தூண்டும்வகையிலும் அவற்றை அமைத்திருப்பார்கள். எடுத்துக்காட்டாக, கோட்டைகளைக் காணும்போதே நம் மனத்தில் வீரவுணர்ச்சி ஏற்படும், நீதிமன்றங்களைக் காணும்போது நியாய அமைப்பின்மீது மரியாதையுணர்ச்சி ஏற்படும்.

2. *சிற்பக்கலை:* கல்லிலே சிற்பங்களை வடிப்பதற்குக் கடினமான பயிற்சி தேவை; அந்தச் சிற்பங்கள் கலையழகோடும் திகழவேண்டுமென்றால், அதற்குத் தனித்துவமான கலைக்கண் தேவை. மாமல்லபுரத்துச் சிற்பங்களைச் சான்றாகக் குறிப்பிடலாம், எத்துணை நுணுக்கமான விவரங்கள், வாழ்வியல் உண்மைகள், எத்துணை அழகு!

3. *ஓவியக்கலை:* இதுவும் சிற்பக்கலைபோன்றதே. ஆனால், காகிதத்திலோ துணியிலோ வண்ணக்கலவைகளைக்கொண்டு வரையப்படுகிறது. இன்றைக்குத் தொழில்நுட்பத்தின் துணையோடு கணினியிலே, செல்பேசியிலே வரைபவர்களும் உள்ளார்கள். கலையுணர்வு இருந்தால், எல்லா ஊடகங்களிலும் ரசனையோடு வரையலாம்.

4. *இசைக்கலை:* மேடைகளில் பாடப்படும் பாடல்கள் மட்டுமல்ல, ஏழை, எளியவர்கள் வேலைசெய்தபடி பாடும் பாடல்களில்கூட தனித்துவமான அழகு இருக்கும். பழந்தமிழ் இலக்கியங்கள் பலவும் இசையோடு பாடும்வண்ணம் அமைக்கப்பட்டிருக்கின்றன; அவற்றை மக்கள் கேட்டுப்பாடுகிற மரபும் இருக்கிறது.

5. *காவியக்கலை:* சொற்களால் ஓவியங்களை, சிற்பங்களைத் தீட்டும் கலை இது. சிலப்பதிகாரம், மணிமேகலை, சீவகசிந்தாமணி, வளையாபதி, குண்டலகேசி ஆகிய ஐம்பெருங்காப்பியங்களில் தொடங்கித் தமிழில் ஏராளமான காவியங்கள் படைக்கப்பட்டுள்ளன, படைக்கப்பட்டுக் கொண்டிருக்கின்றன.

இவற்றுடன், நடனக்கலை, நாடகக்கலை, சமையற்கலை, அலங்கரிப்புக்கலை போன்றவற்றையும் அழகுக்கலைகளாகக் குறிப்பிடுகிறார்கள். நவீன உலகில் இயந்திரக்கலை, புகைப் படக்கலை போன்றவையும் இதனுடன் சேர்ந்துகொள்கின்றன.

காண்போருக்கு இன்பம்தருகிற, உலகில் மகிழ்ச்சியைப் பரப்புகிற அழகுக்கலைகளை மேலும்மேலும் வளர்ப்போம்!

தெளிவான எழுத்தும் ஆழமான ஆய்வும் நிறைந்த நூல்களுக்காகத் தமிழ் வாசகர்களிடையில் நன்கு அறியப்பட்டுள்ள என். சொக்கன் புனைவு, வாழ்க்கை வரலாறு, நிறுவன வரலாறு, தன்னம்பிக்கை, சிறுவர் இலக்கியம் உள்ளிட்ட துறைகளில் இதுவரை எழுபதுக்கும் மேற்பட்ட நூல்கள், நூற்றுக்கணக்கான கதைகள், கட்டுரைகளை எழுதியுள்ளார். விரிவான ஆய்வுகள், சான்றுகளின் அடிப்படையிலான ஆழமான வரலாற்று நூல்களைத் தமிழில் எழுத இயலும், அவற்றைப் பெரும்பான்மை வாசகர்களுக்குக் கொண்டுசேர்க்கவும் இயலும் என்பதைப் பலமுறை நிரூபித்த எழுத்து வகை இவருடையது.

தமிழ், ஆங்கிலம் ஆகிய இரு மொழிகளிலும் எழுதும் சொக்கனுடைய நூல்கள் ஹிந்தி, கன்னடம், மலையாளம் உள்ளிட்ட பல மொழிகளில் மொழிபெயர்ப்பாகியுள்ளன.